ഗ്രീൻ ബുക്സ്

# ബാലപാഠം

(കുട്ടികളുടെ നോവൽ)

**വി. കൃഷ്ണവാദ്ധ്യാർ**

കഥാകൃത്ത്, നോവലിസ്റ്റ്, ബാലസാഹിത്യകാരൻ.
ആലപ്പുഴ ജില്ലയിലെ പുറക്കാട് ഗ്രാമത്തിൽ 1945ൽ ജനനം.
കേരള സ്റ്റേറ്റ് ഇലക്ട്രിസിറ്റി ബോർഡിൽ
സീനിയർ സൂപ്രണ്ടായി റിട്ടയർ ചെയ്തു.

കൃതികൾ: *അറിയപ്പെടാത്തവർ, ദെവ്ളി, പുരാവൃത്തം, വിദ്യമോൾ, ലോട്ടറി കിട്ടു, സമാരാധന, കലാവതി, ഭട്മാം, കൃഷ്ണവാദ്ധ്യാരുടെ ബാലനോവലുകൾ.*

പുരസ്കാരങ്ങൾ: *മാമ്മൻമാപ്പിള നോവൽ അവാർഡ്, എം.പി. പോൾ അവാർഡ്, കുങ്കുമം അവാർഡ്, കൊങ്കണി ഭാഷാ പ്രചാർ സഭയുടെ പുരസ്കാരം, അബുദാബി ശക്തി അവാർഡ്, എസ്.ബി.ടി. ബാലസാഹിത്യ അവാർഡ്, പി.ടി. ഭാസ്ക്കരപ്പണിക്കർ അവാർഡ്.*

വിലാസം: *പേഷ്ക്കാർ റോഡ്, ഇരിങ്ങാലക്കുട.*

ഗ്രീൻബുക്സ്
സി.ജി. ശാന്തകുമാർ അവാർഡ് നേടിയ കൃതി

# ബാലപാഠം

വി. കൃഷ്ണവാദ്ധ്യാർ

ഗ്രീൻ ബുക്സ്

green books private limited
little road, ayyanthole, thrissur- 680 003
ph: 0487-2361038
website: www.greenbooksindia.com
e-mail: info@greenbooksindia.com

(malayalam)
**balapatam**
(children's novel)
by
v. krishnavadhyar

first published august 2009
reprinted january 2013


cover design : rajesh chalode

branches:
thrissur 0487-2422515
palakkad 0491-2546162
kannur 0497-2763038

isbn : 978-81-8423-152-6



GBPL/297/2009/X003

## മുഖക്കുറി

പഴയ പാത്രങ്ങൾ, കുപ്പികൾ, പ്ലാസ്റ്റിക് ഉപകരണങ്ങൾ തുടങ്ങിയ 'ആക്കിറി'(ആക്രി)കൾ ശേഖരിച്ചു വിറ്റ് ഉപജീവനം നിർവ്വഹിക്കുന്ന ആളുകൾ നമ്മുടെ നഗരക്കാഴ്ചകളിൽ ഒന്നാണ്. ഈ കാഴ്ചകൾ ഇപ്പോൾ നമ്മുടെ ഗ്രാമങ്ങൾക്കും സുപരിചിതമായിരിക്കുന്നു. ആക്കിറിക്കച്ചവടം ചെയ്യുന്നവരിൽ മുതിർന്നവരും കുട്ടികളുമുണ്ട്. ഈ ദരിദ്രസമൂഹത്തിന്റെ ഉപജീവനമാർഗ്ഗത്തെ ചൂഷണം ചെയ്തു ജീവിക്കുന്ന പരാന്നജീവികളെയും കൂട്ടത്തിൽ കാണാം. ഈ പരാന്നജീവികൾ പാവപ്പെട്ടവരുടെ 'കഞ്ഞികുടി' മുട്ടിക്കുക മാത്രമല്ല, അവരുടെ ഭാവിയെ പലപ്പോഴും അപകടത്തിലാക്കുകയും ചെയ്യുന്നു. വി. കൃഷ്ണവാദ്ധ്യാരുടെ 'ബാലപാഠം' ഇത്തരമൊരു പരാന്നജീവി സമൂഹത്തിന്റെ മുഖംമൂടി പിച്ചിച്ചീന്തുന്നു.

ആക്കിറിക്കച്ചവടമാണ് കുമാരന്റെയും ബാലൂട്ടിയുടെയും ഉപജീവനമാർഗ്ഗം. പഴയ ഡിസ്പോസിബ്ൾ സിറിഞ്ചുകൾ കഴുകി ഫാർമസികൾക്കു വിറ്റു ലാഭമുണ്ടാക്കുന്നവരുടെ കെണിയിൽ അബദ്ധവശാൽ അവർ ചെന്നുപെടുന്നു. സിറിഞ്ചുകൾ കഴുകുന്നതിന്നിടയിൽ മഞ്ഞപ്പിത്തത്തിന്റെ മാരകാണുക്കൾ കുമാരനിലേയ്ക്കും പകരുന്നു. അയൽവാസിയായ അധ്യാപകൻ തുണയ്ക്കെത്തുന്നുവെങ്കിലും അയാൾ രക്ഷപ്പെടുന്നില്ല. കുമാരന്റെ മരണകാരണമാരായുന്ന അധ്യാപകൻ സിറിഞ്ചു കച്ചവടത്തിന്റെ പിന്നിലെ കറുത്ത കരങ്ങളെ കണ്ടെത്തുന്നു. ആ കൈകൾ സ്ഥലത്തെ പ്രധാന ദിവ്യന്റേതാണെന്നറിഞ്ഞപ്പോൾ പോലീസ് പിന്തിരിയുന്നു. തുടർന്ന് അധ്യാപകന്റെയും ബാലൂട്ടിയുടെയും സമയോചിതമായ കരുനീക്കങ്ങൾ; ഗാന്ധിയൻ സമരമുറകൾ; നിരാഹാര സത്യാഗ്രഹങ്ങൾ... വിദ്യാർത്ഥി സമൂഹത്തിന്റെയും ബഹുജനങ്ങളുടെയും പ്രക്ഷോഭങ്ങൾക്കു മുന്നിൽ പോലീസ് ഗത്യന്തരമില്ലാതെ കീഴടങ്ങുന്നു. സ്ഥലത്തെ പ്രധാനദിവ്യനെ അറസ്റ്റ് ചെയ്യുന്നു... ശാസ്ത്രത്തിന്റെ കണ്ടുപിടിത്തങ്ങൾ എങ്ങനെയാണ് ദുരുപയോഗം ചെയ്യപ്പെടുന്ന തെന്നും ഇത്തരം ദുഷ്ച്ചെയ്തികളെ എങ്ങനെ ചെറുത്തു തോല്പിക്കാമെന്നും കൃഷ്ണവാദ്ധ്യാർ നമ്മെ ബോധ്യപ്പെടുത്തുന്നു. ഒപ്പം അധ്യാപക-വിദ്യാർത്ഥി ബന്ധത്തിന്റെ സമ്മോഹനമായ ഒരു ചിത്രവും സമ്മാനിക്കുന്നു.

കൃഷ്ണദാസ്
*മാനേജിങ് എഡിറ്റർ*

# ഒന്ന്

**“കു**പ്പി, പാട്ടാ... എടുക്കാനുണ്ടോ?” ആ വാക്കുകൾ കേൾക്കുമ്പോൾതന്നെ ജനത്തിനറിയാം അതു കുമാരനും മകൻ ബാലൂട്ടിയുമാണെന്ന്. ഈ വക സാധനങ്ങൾ എന്തെങ്കിലും കൊടുക്കാനുണ്ടെങ്കിൽ അവർ എടുത്തുവയ്ക്കും. വരുമ്പോഴൊക്കെ കുപ്പിയും പാട്ടയും കൊടുക്കാൻ എവിടെയാണുണ്ടാവുക. അതൊക്കെ കുമാരനുമറിയാം. എന്നാലും ഒരു വീട് കാണുമ്പോൾ അവർ വിളിച്ചു ചോദിക്കും, കുപ്പി പാട്ടയുണ്ടോന്ന്. അതൊരു ശീലമായിപ്പോയി.

വീട്ടുകാർ ഒന്നും പറഞ്ഞില്ലെങ്കിലും ഒരു നിമിഷം കുമാരൻ ഗേറ്റിങ്ങൽ തള്ളുവണ്ടി നിർത്തും. ഒന്നുകൂടി വിളിക്കും. തന്റെ വിളി കേട്ടിട്ടാണ് അവർക്കു കുപ്പി പാട്ടയുടെ ഓർമ്മ വരുന്നതെങ്കിലോ? വീണ്ടും ഇല്ല എന്നു പറയുമ്പോൾ സാവകാശം തള്ളുവണ്ടി മുന്നോട്ടു പോകും. അടുത്ത വീടിന്റെ പടിക്കലേക്ക്. അവിടേയും ഇതുതന്നെ നടക്കും.

ചില വീടുകളിൽ എപ്പോൾ ചെന്നാലും എന്തെങ്കിലുമൊക്കെ കാണും. പ്ലാസ്റ്റിക് പാത്രങ്ങളോ കുപ്പികളോ ഒക്കെ. അവർ അത്യാഢംബരജീവിതം നയിക്കുന്നവരായിരിക്കും. അവിടത്തെ ഉടമസ്ഥർ വലിയ ഉദ്യോഗസ്ഥരാണ്. വൈകീട്ട് നഗരത്തിൽനിന്നും രണ്ടു കിറ്റ് നിറച്ചും സാധനങ്ങളുമായിട്ടായിരിക്കും വരവ്. അവയിൽ പ്ലാസ്റ്റിക് ഡബ്ബകളും കുപ്പികളുമൊക്കെ കാണും. ചിലവ അപ്പപ്പോൾ ഉപയോഗിച്ച് കാലിയാവുന്നതാവും. കുമാരൻ അതിലേ പോവുമ്പോൾ അറിഞ്ഞുതന്നെ വിളിച്ചു പറയും. വല്ലതുമൊക്കെ കിട്ടുകയും ചെയ്യും. അവർക്കതിന്റെ വിലയൊന്നും വേണ്ടിവരില്ല. സ്ഥലം കാലിയായാലതുതന്നെ വലിയ കാര്യം.

പക്ഷേ ചില സ്ത്രീകൾ എച്ചിത്തരം പറഞ്ഞ് ഇത്തരം ആക്രികളുടെ കാശ് കൈക്കലാക്കും.

കുമാരന് അതുമൊരനുഭവമാണ്.

പറമ്പുകളിലൊക്കെ ഒന്നു തിരയട്ടെ എന്നു ചോദിച്ചാൽ ചിലർ സമ്മതിക്കും.

ചിലർ പക്ഷേ സമ്മതിക്കത്തില്ല. കുപ്പിപാട്ടയോടൊപ്പം ചില അടുക്കളപ്പാത്രങ്ങളും സഞ്ചിക്കകത്താക്കാറുണ്ട് ചിലർ എന്നുള്ള അനുഭവമായിരിക്കും അവരെ അതിന് പ്രേരിപ്പിക്കുന്നത്.

കുമാരന് പക്ഷേ അങ്ങനെയുള്ള ദുശ്ശീലങ്ങളൊന്നുമില്ല. പറമ്പിൽനിന്നും കിട്ടുന്ന സാധനങ്ങൾ വീട്ടുകാരെ കാട്ടിയിട്ടേ അയാൾ കൊണ്ടുപോകാറുള്ളു. ചില വീട്ടുകാർ, അതുകൊണ്ട് ആക്രികൾ കുമാരനേ കൊടുക്കാറുള്ളു.

കുമാരനെ സഹായിക്കാൻ ബാലൂട്ടിയും കൂടെ വരാറുണ്ട്. അതവന് വളരെ ഇഷ്ടവുമാണ്. അതുകൊണ്ടുകൂടിയാണ് സ്കൂളിൽ പോകാതെ മടിച്ച് അച്ഛന്റെ കൂടെ കൂടുന്നത്. സ്കൂളിലാണെങ്കിൽ പഠിക്കണം. എഴുതണം. കണക്ക് ചെയ്യണം. ഗൃഹപാഠം ചെയ്തില്ലെങ്കിൽ തല്ല് മേടിക്കണം. ബെഞ്ചിന്മേൽ ചിലപ്പോൾ കയറി നിൽക്കണം. അധികം കളിച്ചു നടക്കാനൊന്നും പറ്റില്ല. അടങ്ങി ഒതുങ്ങി ഇരിക്കണം. അതൊന്നും ബാലൂട്ടിക്ക് അത്രയ്ക്കങ്ങ് ഇഷ്ടമുള്ള കാര്യമല്ല. ഇതാവുമ്പോൾ അലഞ്ഞുനടക്കാം. പുതിയ പുതിയ ആളുകളെ കാണാം. വീട്ടിൽ ചെന്നാൽ അവരെ അനുകരിച്ച് അമ്മയുടെയും അനിയത്തിയുടെയും മുന്നിൽ അവതരിപ്പിക്കാം.

എന്നുവച്ച് സ്കൂളിൽ പോക്ക് അവൻ നിർത്തിയിട്ടൊന്നുമില്ല. ചിലപ്പോൾ പോകും. കുറെ ദിവസം കഴിയുമ്പോൾ മുഷിയും. സ്കൂളിൽ ഇടയ്ക്കു പോവുന്നതു കാരണം പേരൊന്നും വെട്ടുകയുമില്ല.

ആക്രിക്കച്ചവടത്തിലെ അലച്ചിലും വെയിലുകൊള്ളലുമൊന്നും അവനെ ലേശംപോലും അലട്ടിയില്ല.

കുമാരനും മകന്റെ പഠിത്തക്കാര്യത്തിൽ അത്രയ്ക്കങ്ങ് ശ്രദ്ധയില്ലായിരുന്നു. പഠിത്തത്തിന്റെ പ്രാധാന്യമൊന്നും സ്വതേ വിദ്യാഭ്യാസം അധികം ഇല്ലാത്ത അയാളുടെ മനസ്സിൽ ഇല്ലായിരുന്നു.

ആക്രിസാധനങ്ങൾ കൂടുതലുള്ള ദിവസങ്ങളിൽ അവ അന്നു തന്നെ മൊത്തക്കച്ചവടക്കാരനു കൊടുക്കും. കുമാരൻ കിട്ടിയ കാശു

കൊണ്ട് വീട്ടിലേക്കുള്ള സാധനങ്ങൾ മേടിക്കും. ചന്തയിലെ നായർ ഹോട്ടലിൽ കയറി മസാലദോശയും ഉഴുന്നുവടയും മേടിച്ചു കഴിക്കും. നായർ ഹോട്ടലിൽ ഇഷ്ടംപോലെ സാമ്പാറ് കിട്ടും. എന്തൊരു മണമാണ് ആ സാമ്പാറിന്. കൈ കഴുകി കഴിഞ്ഞാലും പിന്നേയും പിന്നേയും ബാലൂട്ടി കൈ മണത്തുനോക്കും. ചായയാണെങ്കിലോ?! നായർ ഹോട്ടലിലെ ചായയാണ് ചായ!

പോരുമ്പോൾ അമ്മയ്ക്കും അനിയത്തിക്കുംകൂടി അവർ മസാല ദോശ മേടിച്ച് പൊതിയാക്കി കൂടെ കൊണ്ടുപോകും. അവർക്കും നായർ ഹോട്ടലിലെ പലഹാരങ്ങൾ തിന്നാൻ കൊതികാണില്ലേ?

സാധനങ്ങൾകൊണ്ട് വണ്ടിനിറഞ്ഞാലും ചിലപ്പോഴൊക്കെ പെട്ടെന്ന് അവ മൊത്തക്കച്ചവടക്കാരന് കൊടുക്കാനൊക്കില്ല. കുപ്പികളും ഡബ്ബകളും കിട്ടിയാൽ അതിനകത്ത് പലതും കാണും. അവയൊക്കെ വൃത്തിയാക്കിയിട്ടുവേണം കൊടുക്കാൻ. കുപ്പികൾ, ഇരുമ്പ്, പിച്ചള, അലൂമിനിയം ഇവ വേർതിരിച്ച് കൊടുക്കണം. അതിനൊക്കെ അദ്ധ്വാനമുണ്ട്. തുരുമ്പുപിടിച്ച സാധനങ്ങൾ വൃത്തിയാക്കുമ്പോൾ ശരീരത്തിൽ മുറിവ് ഉണ്ടാവാൻ സാധ്യത ഏറെയാണ്. പക്ഷേ കുമാരന് ഇക്കാര്യത്തിലൊന്നും ഒരു ആശങ്കയുമില്ല. മുറിവ് വന്നാൽ ആ ഭാഗം വായിൽ വെച്ച് ഈമ്പും. അല്ലെങ്കിൽ തുപ്പല് പുരട്ടും. അതുതന്നെ മറുമരുന്ന്. ദൈവാധീനം! ഇതുവരെ കുമാരന് ആപത്തൊന്നും സംഭവിച്ചില്ല.

പേപ്പറും വാരികകളും കിട്ടുമ്പോഴും അവ ആക്രിയുടെ കൂടെ കൊടുക്കുകയാണ് പതിവ്.

പക്ഷേ ഒരു ദിവസം ബാലൂട്ടി വെറുതെ പത്രങ്ങൾ ഒന്ന് മറിച്ചു നോക്കി. ചില രസകരമായ വിവരങ്ങൾ അവന് വായിക്കാൻ കിട്ടി. പിന്നെ പിന്നെ അവൻ വാരികകളും ചിലതൊക്കെ വായിക്കാനായി വീട്ടിൽ കൊണ്ടുപോവുക പതിവാക്കി. രണ്ടുദിവസം കഴിഞ്ഞിട്ടേ അവ പിന്നെ കൊടുക്കുകയുള്ളൂ.

മകന്റെ കൗതുകം കണ്ട കുമാരന് അതു നന്നായി തോന്നി. അവന് എഴുത്തും വായനയും അറിയാവുന്നതല്ലേ. അതവൻ മറക്കരുതല്ലോ.

അങ്ങനെ പത്രങ്ങളിലും വാരികകളിലുംനിന്നും കിട്ടുന്ന അറിവ് അവൻ അമ്മയ്ക്കും അനിയത്തിക്കും പകർന്നുകൊടുക്കുമായിരുന്നു.

ഒരു വിവരവുമില്ലാതിരുന്ന അവർക്ക് ലോകത്തിലെ ചില കൗതുകങ്ങളെക്കുറിച്ചുള്ള അറിവ് അങ്ങനെ ലഭിച്ചുവന്നു.

അയൽപക്കത്തെ സ്ത്രീകളുമായി വർത്തമാനം പറയുമ്പോൾ അമ്മ ചില ലോകകാര്യങ്ങൾ വിളമ്പുമ്പോൾ കുമാരനും ബാലൂട്ടിക്കും ചിരിവരും.

വാരികകളും നോട്ട്ബുക്കുകളും മറിച്ചുനോക്കാനുള്ള ഒരു കാരണംകൂടി ആയിടയ്ക്ക് ബാലൂട്ടിക്കുണ്ടായി. ഏതോ വാരിക മറിച്ചുനോക്കുമ്പോഴുണ്ട്, ഒരു പത്തുരൂപ നോട്ട് അതിനിടയ്ക്കിരിക്കുന്നു. അവനതിശയിച്ചു. വാരികയിൽ പത്തുരൂപ നോട്ടോ?

അവൻ അമ്മയെ കാണിച്ചു, അവർക്കും അത്ഭുതം. ആരെങ്കിലും മറന്ന് വെച്ചതായിരിക്കും.

അപ്പോൾ ബാലൂട്ടിക്ക് ജിജ്ഞാസ കൂടി. അവൻ കിട്ടിയ വാരികകളൊക്കെ മറിച്ചുനോക്കി. വല്ലതും കിട്ടിയാലോ. പിന്നെ വായിക്കുന്നതിലും കൗതുകം മറിച്ചുനോക്കി വല്ലതും കിട്ടുമോ എന്നു നോക്കാനായിരുന്നു. ചിലപ്പോൾ നോട്ടുബുക്കുകൾ മറിച്ചുനോക്കുമ്പോൾ പേജുകൾ മടക്കി പോക്കറ്റ് മാതിരിയാക്കി ഒളിപ്പിച്ചുവച്ച നോട്ടുകൾ അവന് കിട്ടുമായിരുന്നു. വല്ല കോളേജുകുമാരികളും മറന്നു വെച്ചതായിരിക്കും.

ചില വീടുകളിൽനിന്നും ആക്രികൾ എടുക്കുമ്പോൾ അവിടെ കിടക്കുന്ന ഫ്യൂസായ ബൾബുകളും ട്യൂബുകളും കൂടി എടുത്ത് കൊണ്ടുപോകേണ്ടിവരും. കുമാരൻ സന്തോഷത്തോടെ അത് ചെയ്യും. ഇവയിലുള്ള അലുമിനിയം ക്യാപ്പുകൾ പൊട്ടിച്ചെടുത്ത് വിറ്റാൽ നല്ല കാശ് കിട്ടും. അത് തല്ലി പൊട്ടിച്ചെടുക്കാനാ പാട്. ചിലപ്പോൾ ചില്ല് പൊട്ടിത്തെറിക്കും. ദേഹത്തോ കണ്ണിലോ കയറിയാലുള്ള അവസ്ഥ ആലോചിക്കാൻതന്നെ വയ്യ. അതുമല്ല ഇവയ്ക്കുള്ളിൽ വിഷവായുവോ മറ്റോ ഉണ്ടെങ്കിലോ? ഒരു കുഴിവെട്ടി അതിലിട്ട് തല്ലിപ്പൊട്ടിച്ചാണ് കുമാരൻ അലുമിനിയം എടുക്കാറ്. എന്നിട്ടും ചില്ലറ പരുക്കുകൾ പറ്റാറുണ്ട് കുമാരന്.

(പഞ്ചായത്ത് പറമ്പിലാണ് ഈ തല്ലിപ്പൊട്ടിക്കലൊക്കെ കുമാരൻ നടത്താറുള്ളത്. ഒരിക്കലോ മറ്റോ ആണ്, തല്ലിപ്പൊട്ടിച്ചതിട്ട കുഴി മൂടാൻ കുമാരൻ മറന്നു. ആരോ ചെന്ന് പഞ്ചായത്തിൽ പരാതി

പറഞ്ഞു. പഞ്ചായത്തിൽ നിന്നും കുമാരനെ അന്വേഷിച്ച് ആളുകൾ വന്നപ്പോൾ അയാൾ പരിഭ്രമിച്ചു. പിന്നെ അടുത്തുള്ള ചില പ്രമാണികൾ ഇടപെട്ടിട്ടാണ് കുമാരൻ രക്ഷപ്പെട്ടത്).

കുമാരന്റെ ഭാര്യ ദേവുവും വെറുതെ വീട്ടിൽ ഇരിക്കില്ല. പേപ്പർ കൂടുകൾ നിർമിച്ച് നാല് കാശ് അവളും ഉണ്ടാക്കും.

പിന്നെ ആകെയുള്ള ഒരാശ്വാസം, താഴ്ന്ന ജീവിതനിലവാരമുള്ളവരുടെ ഒപ്പം കൂട്ടുകൂടുന്ന ദുഃശ്ശീലങ്ങളൊന്നും കുമാരന് ഇല്ലായിരുന്നു എന്നുള്ളതാണ്. കള്ളുകുടിയോ, ബീഡിവലിയോ, ചീട്ടുകളിയോ അതുപോലുള്ള ചീത്തശീലങ്ങളൊന്നും കുമാരനില്ല.

അടുത്തുള്ള വീടുകളിലെ പുരുഷന്മാർ കള്ളടിച്ച് വീട്ടിൽ വന്ന് വക്കാണവും ബഹളവും ഉണ്ടാക്കുമ്പോൾ കുമാരന്റെ കുടുംബം ശാന്തമായിരിക്കും.

കിട്ടിയ കാശ് കുമാരൻ ദേവുവിനെ ഏല്പിക്കും. വീട്ടിലത്തെ കാര്യങ്ങളൊക്കെ നടത്തുകയും ചെയ്യും. ദേവുവിനാണെങ്കിൽ കുമാരനോട് വളരെ സ്നേഹമുണ്ടായിരുന്നു. അയൽപക്കത്തെ ജാനു ചിലപ്പോൾ ദേവുവിനോട് പരിഭവം പറയും.

“നെന്റെ കുമാരേട്ടൻ എന്തുനല്ല മനുഷേനാ. ദേവു ഇവിടെ നോക്കിയേ. വയ്യുന്നേരം തല്ലില്ലാത്ത ദെവസം ഒണ്ടോന്ന്. പിള്ളേർക്കുള്ളതുപോലും അവർടെ കയ്യീന്ന് പിടിച്ച് പറിച്ച് തിന്നും അച്ഛൻ.”

ദേവുവിന് അന്നേരം ലേശം അഭിമാനമൊക്കെ തോന്നും. ജാനുവിനെ ആശ്വസിപ്പിക്കും. എന്തെങ്കിലും കൊടുക്കും. അതിന് കുമാരൻ ദേവുവിനെ കുറ്റപ്പെടുത്തുകയും മറ്റുമില്ല.

അയലത്തെ പിള്ളേർ ഗോലി കളിക്കുമ്പോൾ അച്ഛനെ ജോലിയിൽ സഹായിക്കുകയായിരിക്കും ബാലൂട്ടി. കുമാരന് അതിലും അഭിമാനം തോന്നും. (തന്റെ മോൻ ചീത്ത കൂട്ടുകെട്ടിനൊന്നും പോകുന്നില്ലല്ലോ).

പക്ഷേ ഒന്നിൽ മാത്രം അയാൾക്ക് ലേശം വിഷമം ഇല്ലാതില്ല.

ബാലൂട്ടി സ്കൂളിൽ പോകാൻ ശുഷ്കാന്തി കാണിക്കുന്നില്ലല്ലോ, അതിന് താനവനെ നിർബന്ധിക്കുന്നുമില്ലല്ലോ എന്നതിൽ..

## രണ്ട്

**അ**ങ്ങനെയിരിക്കെയാണ് ഒരു ദിവസം സന്ധ്യയ്ക്ക് ഒരുത്തൻ കുമാരനെ അന്വേഷിച്ചു വന്നത്. കുമാരനെ അയാൾക്കു പരിചയമുണ്ടത്രെ. ആക്രിക്കച്ചവടക്കാരനല്ലേ. വഴിയിൽ തള്ളുവണ്ടിയുമായി നടക്കുമ്പോൾ കണ്ട പരിചയമായിരിക്കും.

കുമാരനേയും കൂട്ടി അയാൾ പുറത്തേക്കു പോയി. ബാലൂട്ടിയും ദേവുവും അത് കണ്ട് സംശയിച്ചു. ആരാണിയാൾ? ഇതുവരെ ഇയാളെ കണ്ടിട്ടേയില്ലല്ലോ. ഈ സന്ധ്യാനേരത്ത് ഇയാൾക്കെന്താ ഇത്ര സ്വകാര്യം പറയാൻ!

ങാ! അച്ഛന് പരിചയം കാണുമായിരിക്കും.

കുമാരൻ, വന്നയാളെ ശ്രദ്ധിച്ചു.

ഇയാൾ ആരാണാവോ? തന്നെ കണ്ടിട്ടുണ്ടെന്നാ പറയുന്നത്.

പക്ഷേ ഇയാൾ പറയുന്നതൊന്നും തനിക്ക് മനസ്സിലാവുന്നില്ലല്ലോ.

വന്നവൻ ഒന്നുകൂടി വ്യക്തമാക്കി. അയാളുടെ പേര് ബാസ്റ്റ്യൻ എന്നാണ്. നഗരത്തിലെ വലിയ ഒരാശുപത്രിയിലെ ജീവനക്കാരനാണ്. ആശുപത്രിയിൽ ഉപയോഗം കഴിഞ്ഞുള്ള പ്ലാസ്റ്റിക്ക് കുഴലുകൾ, സിറിഞ്ചുകൾ, ബാഗുകൾ ഇവയൊക്കെ സംസ്കരണശാലയിലേക്ക് നീക്കുന്ന ജോലി ബാസ്റ്റ്യനാണ്. ശേഖരിക്കുന്ന വസ്തുക്കൾ അതിന് ഉദ്ദേശിക്കുന്ന യന്ത്രത്തിലിട്ട് നശിപ്പിക്കുകയാണ് ആശുപത്രിയിൽ ചെയ്യാറ്.

അതിനൊക്കെ വലിയ ചെലവുള്ളതിനാൽ ചെറിയ ആശുപത്രികളിൽ ഇത്തരം സംസ്കരണങ്ങളൊന്നും നടക്കാറില്ല. അവിടങ്ങളിൽ ഇത്തരം പാഴ് വസ്തുക്കൾ ആശുപത്രി പറമ്പിൽതന്നെ ഒരു വലിയ കുഴികുഴിച്ച് കൊണ്ടുതള്ളാറാണ് പതിവ്. മുനിസിപ്പൽ ചവറുവണ്ടികൾ വന്നാൽ കാശു കൊടുത്ത് എടുപ്പിച്ചു കളയും.

ഇനി ബാസ്റ്റ്യന്റെ നിർദ്ദേശം ഇതാണ്. ആശുപത്രിയിൽനിന്നും ഉപയോഗിച്ചു കഴിഞ്ഞ് കളയാറുള്ള സിറിഞ്ചുകൾ ശേഖരിച്ച് അയാൾ കുമാരനെ ഏല്പിക്കും. അത് കഴുകി വൃത്തിയാക്കി ഒരു സ്ഥലത്ത് കൊണ്ടുകൊടുക്കണം. സിറിഞ്ചിന് ഇത്രവെച്ച് കാശ് കുമാരന് കിട്ടും. സംഗതി ലളിതം.

കുമാരന് മുഴുവനും മനസ്സിലായില്ല. ബാസ്റ്റ്യൻ വിശദീകരിച്ചു.

"വീടുകളിൽനിന്നും നീ പ്ലാസ്റ്റിക്കും ഇരുമ്പും എടുക്കുന്നില്ലേ. അതൊക്കെ എന്താണ് ചെയ്യുന്നതെന്നറിയ്യോ? വീണ്ടും ഉരുക്കി വേറെ സാധനങ്ങൾ ഉണ്ടാക്കുന്നു. അതേ ജോലിതന്നെ ഇതും. പക്ഷേ ഈ ജോലിക്ക് നിനക്ക് പ്രതിഫലം കൂടുതലാണെന്ന് മാത്രം."

"പിന്നെ ഒരു കാര്യം ഈ ജോലി ഞാനും നീയും മാത്രം അറിഞ്ഞാമതി. വേറൊരാൾ അറിയാൻ പാടില്ല. കാരണമൊന്നും നീ ഇപ്പോൾ അറിയേണ്ട. നിനക്ക് കാശ് കിട്ടിയാൽ പോരേ?"

കുമാരൻ എല്ലാം കേട്ടു. ഉള്ളിൽ വളരെ സന്തോഷം തോന്നി. അധികം വലയാതെ കിട്ടുന്ന കാശല്ലേ. മനസ്സുകൊണ്ട് വെറുതെ കണക്ക് കൂട്ടി. ഇയാളുടെ വർത്തമാനം കേട്ടാൽ കുറച്ചധികം സിറിഞ്ചുകൾ കാണുമെന്ന് തോന്നുന്നു. ആശുപത്രികളിലൊക്കെ ഇയാൾക്ക് നല്ല പരിചയമുണ്ടെന്ന് തോന്നുന്നു.

സിറിഞ്ച് കഴുകുന്നത് വലിയ പണിയല്ലെന്ന് തോന്നുന്നു. കുറച്ചു സമയത്തിനുള്ളിൽ കൈ നിറയെ കാശ്. ഇപ്പോഴൊക്കെ എന്താ കിട്ടുന്നെ. വണ്ടി തള്ളി തള്ളി ഒരു ദിവസം മുഴുവനും നടന്നാൽ കിട്ടുന്നത് വളരെ തുച്ഛമായ കാശല്ലേ? ഇതാണെങ്കിലോ, മണിക്കൂറിനുള്ളിൽ പൈസ.

കുമാരൻ സമ്മതിച്ചു.

ബാസ്റ്റ്യൻ ഒന്നുകൂടി പറഞ്ഞു.

"നിനക്ക് നല്ല സമ്മതമാണെങ്കിൽ മതി. വേറെ ആരെയും എനിക്കത്ര ബോധ്യം വരുന്നില്ല. അതാ. നാളെ വൈകീട്ട് ഞാൻ സാധനങ്ങൾ കൊണ്ടുവരാം. ഇപ്പൊ കുറച്ച് കൊറവായിരിക്കും. പിന്നെ പിന്നെ കൂടുതൽ കിട്ടാൻ സാധ്യതയുണ്ട്."

കുമാരൻ തലകുലുക്കി. തിരിച്ചുവന്നപ്പോൾ മുന്നിലുണ്ട് ഭാര്യയും മക്കളും. ഉത്കണ്ഠയോടെ ദേവു ചോദിച്ചു.

"എന്താ അയാൾ വന്നത്? ആരാ അയാൾ?"

കുമാരൻ ശങ്കിച്ചു. സംഗതി ലേശം രഹസ്യമാണ്. പറയണോ? പറയാം.

ലളിതമായി അയാൾ കാര്യങ്ങൾ പറഞ്ഞു. വന്നവൻ ഒരു സാധനം കൊണ്ടുവരും. അതൊന്ന് കഴുകി നന്നാക്കി കൊടുക്കണം. നല്ല കാശ് കിട്ടും. ദേവുവിന് ആശങ്കയായി.

"ഇതിൽ എന്തെങ്കിലും കൊഴപ്പമുണ്ടാവുമോ?"

"എന്ത് കൊഴപ്പം! നമ്മൾ പ്ലാസ്റ്റിക്കൊക്കെ കഴുകി കൊടുക്കുന്നില്ലേ. അതുപോലെ ഇതും"

"എന്നാ പിന്നെ അയാളെന്താ ഇങ്ങനെ ഇരുട്ടത്ത് വന്നത്. നേരാം വണ്ണം വന്നാലെന്താ?"

"നീ കൂടുതലൊന്നും ആലോചിക്കേണ്ട. നല്ല പൈസ കിട്ടും. എന്തിനാ വെറുതെ കളയുന്നെ"

ദേവു ഒന്നും പറഞ്ഞില്ല. എന്നാലും സ്ത്രീസഹജമായ ഒരു ഭീതി അവളുടെ ഉള്ളിൽ ബാക്കി കിടന്നു.

**പി**റ്റേന്ന് വൈകുന്നരം വരെ കുമാരന് ആശങ്കയായിരുന്നു. അയാൾ വന്നാൽ എന്താ ചെയ്യേണ്ടത്. ആദ്യമായാണ് ഇങ്ങനത്തെ ഒരു അപരിചിതമായ പണി ഏറ്റെടുക്കാൻ പോവുന്നത്.

കഴുകി കൊടുക്കണമെന്നല്ലേ. എങ്ങനെയാണത് ചെയ്യുക. അയാളോടു തന്നെ ചോദിക്കാം.

പറഞ്ഞതുപോലെ ഇരുട്ടിയപ്പോൾ ഒരു സഞ്ചിയുമായി ബാസ്റ്റ്യൻ കുമാരന്റെ പടിക്കൽ എത്തി. കുമാരൻ കാത്തിരിക്കുകയായിരുന്നല്ലോ. അയാൾ ബാസ്റ്റ്യന്റെ അടുത്തേക്കു ചെന്നു.

ബാസ്റ്റ്യൻ അയാളെ നോക്കി ഒന്ന് ചിരിച്ചു. പിന്നെ പറഞ്ഞു.

"സാധനങ്ങൾ ഇതിലുണ്ട്. ഒരു വിളക്ക് കൊണ്ടുവരൂ. ഇതൊക്കെ എങ്ങെനയാ വൃത്തിയാക്കുന്നതെന്ന് കാണിച്ചുതരാം. പരിചയമില്ലാത്ത പണിയല്ലേ? ഒരു ബക്കറ്റിൽ കുറച്ചു വെള്ളം കൊണ്ടുവന്നാട്ടെ"

ബാസ്റ്റ്യൻ സഞ്ചിയുമായി പറമ്പിന്റെ മൂലയ്ക്ക് ചെന്നു. കുമാരൻ വിളക്കുമായി അനുഗമിച്ചു. ദേവു വെള്ളവുമായി പുറകേയും.

ബാസ്റ്റ്യൻ സഞ്ചിയിലുള്ള സാധനങ്ങൾ പുറത്തേക്ക് എടുത്തു. ദേവുവും കുമാരനും ജിജ്ഞാസയോടെ അവയെ നോക്കി. ആദ്യമായിട്ടാണ് ഈ വക സാധനങ്ങൾ അവർ കാണുന്നത്. കുടഞ്ഞിട്ട സിറിഞ്ചുകൾ ഓരോന്നായി ബാസ്റ്റ്യൻ നോക്കി. വല്ല പൊട്ടലോ മറ്റോ ഉണ്ടോന്ന് നോക്കി. അതിൽനിന്നും മാറ്റിവെച്ച ഒരു സിറിഞ്ചെടുത്ത് വെള്ളത്തിൽ മുക്കി വെള്ളം കയറ്റി, തള്ളി പുറത്തേക്ക് കളഞ്ഞ് വൃത്തിയാക്കി തുടച്ച് മാറ്റിവെച്ചു. പിന്നെ ഒരെണ്ണം കൂടി.

കുമാരൻ ഇതൊക്കെ സശ്രദ്ധം നോക്കി മനസ്സിലാക്കി. ബാസ്റ്റ്യൻ പറഞ്ഞു.

"ഇപ്പം മനസ്സിലായില്ലേ കുമാരാ എന്താ ചെയ്യേണ്ടതെന്ന്. ബാക്കി സിറിഞ്ചുകൾ കഴുകി, തുടച്ച് കെട്ടി ഈ വിലാസത്തിൽ കൊണ്ടുകൊടുത്താൽ മതി. കാശ് മേടിക്കാൻ മറക്കരുത് കേട്ടോ!"

ബാസ്റ്റ്യൻ പിന്നെ അവിടെ നിന്നില്ല. ദേവുവും കുമാരനും സിറിഞ്ചുകൾ തിരിച്ചും മറിച്ചും നോക്കി. സൂചികൾ ആയതുകൊണ്ട് വളരെ സൂക്ഷിക്കണമെന്ന് കുമാരൻ മുന്നറിയിപ്പ് നൽകി.

പലതിലും എന്തൊക്കെയോ പറ്റിപ്പിടിച്ചിട്ടുണ്ട് ചെളിയായിരിക്കും. വല്ലാത്ത ഒരു മണം അവയിൽനിന്നും വമിക്കുന്നുണ്ടായിരുന്നു.

"എന്തായിദ്. ഒരു ചീഞ്ഞ മണം വരുന്നുണ്ടല്ലോ?"

ദേവു പറഞ്ഞു.

"ഓ അതാ പ്ലാസ്റ്റിക്കിന്റേതോ, മരുന്നിന്റേതോ ആയിരിക്കും. അതൊക്കെ നമ്മളെന്തിനാ നോക്കുന്നേ?"

കുമാരൻ ഓരോ സിറിഞ്ചും വളരെ ശ്രദ്ധയോടെ വെള്ളത്തിലിട്ട് ബാസ്റ്റ്യൻ ചെയ്തതുപോലെ കഴുകി വൃത്തിയാക്കി മാറ്റിവച്ചു.

അച്ഛന്റെ പടുതി കണ്ട് ബാലൂട്ടിയും ഒപ്പം കൂടി. അന്നേരം കുമാരൻ അവനെ വിലക്കി.

"വേണ്ട. വേണ്ട. കയ്യീ തൂശി കയറും. ഒക്കെ ഞാനാവാം."

കുറച്ചുനേരംകൊണ്ട് സിറിഞ്ചുകൾ കഴുകി അതിന്റെ എണ്ണവും എടുത്ത് മനസ്സിൽ വെറുതെ ഒന്ന് കണക്ക് കൂട്ടി. ഉള്ളിൽ സന്തോഷം

മൊട്ടിട്ടു. നാളെ ആവട്ടെ. കഴിയുന്നതും വേഗം, സാധനം കൊണ്ടു കൊടുത്ത് ഒള്ള കാശ് മേടിക്കണം.

**അ**ടുത്ത ദിവസംതന്നെ സിറിഞ്ചുകളുംകൊണ്ട് കുമാരൻ, ബാസ്റ്റ്യൻ തന്ന അഡ്രസ്സുകാരനെ തിരക്കി ഇറങ്ങി.

ഒരു പഴയ വീടായിരുന്നു ബാസ്റ്റ്യൻ തന്ന അഡ്രസ്സ് അന്വേഷിച്ചിറങ്ങിയ കുമാരൻ കണ്ടത്. അധികം പെരുമാറ്റം ഉള്ളതായി അയാൾക്കു തോന്നിയില്ല. സംശയം തോന്നി. മേൽവിലാസം ഇതു തന്നെയോ?

എന്നാലും അയാൾ വാതിലിൽ ഒന്ന് മുട്ടി. കുറച്ചു കഴിഞ്ഞാണ് വാതിൽ തുറക്കപ്പെട്ടത്.

അപ്പോൾ അകത്താളുണ്ട്.

വന്നയാൾ വാതിൽ മറഞ്ഞ്, സംശയഭാവത്തോടെ കുമാരനെ നോക്കി.

“ഞാൻ ബാസ്റ്റ്യൻ പറഞ്ഞ് വന്നതാ”

“അതെയോ അകത്തേക്കു വരൂ”

കുമാരൻ അകത്തേക്കു കയറി.

അതൊരു ചെറിയ മുറിയായിരുന്നു. ആ മുറിയിൽനിന്നും അകത്തേക്കൊരു വാതിൽ. അതിലൂടെ കുമാരൻ അകത്തേക്കു നോക്കി. അവിടെ രണ്ടുപേർ എന്തോ ചെയ്യുന്നുണ്ട്. അവരുടെ മുന്നിൽ കുറെ കൂടുകൾ. വേറൊരുത്തൻ അതെടുത്ത് എന്തോ ചെയ്യാൻ ഭാവിക്കുന്നു.

അപ്പോഴേക്കും ഒരാൾവന്ന് കുമാരന്റെ കയ്യിൽനിന്നും സിറിഞ്ചുകളടങ്ങിയ സഞ്ചി മേടിച്ച് മേശപ്പുറത്ത് കുടഞ്ഞിട്ടു. സിറിഞ്ചുകൾ എണ്ണിനോക്കി. ചിലത് മാറ്റിവെച്ചു. പിന്നെ പോട്ടെ എന്നു കരുതി കൂട്ടത്തിൽതന്നെ ഇട്ടു. എന്നിട്ട് അതിന്റെ കണക്ക് കൂട്ടി കാശെടുത്ത് കുമാരന് കൊടുത്തു. കുമാരൻ എണ്ണിനോക്കി. തൃപ്തിപ്പെട്ട് സന്തോഷത്തോടെ പോക്കറ്റിലിട്ടു. ആ മനുഷ്യനെ ഒന്നുകൂടി നോക്കി. അയാൾ തൃപ്തിയായല്ലോ എന്ന മട്ടിൽ കണ്ണുകൊണ്ട് കുമാരനോട് ചോദിച്ചു.

കുമാരന് അയാളോട് എന്തെങ്കിലുമൊക്കെ വർത്തമാനം പറയണമെന്നുണ്ടായിരുന്നു. പക്ഷേ അയാളുടെ മുഖഭാവം തീരെ നിരാശാജനകമായിരുന്നു. "ശരി എന്നാ പൊക്കോളു. ഇവിടെ വന്ന കാര്യം ആരോടും പറയേണ്ട."

ഇല്ലെന്നു പറഞ്ഞ് കുമാരൻ ഇറങ്ങി. ഇത് ശരിയായ പണിയല്ലെന്ന് കുമാരന് ബോധ്യം വന്നു. ഇതിലെന്തോ കള്ളമുണ്ട്.

ഏകാന്തമായ സ്ഥലം. അവിടെ അധികം വർത്തമാനം പറയാത്ത മനുഷ്യർ.

ഇനി ഏതായാലും ഇവിടെ അധികം നിൽക്കേണ്ട. കിട്ടിയ കാശുമായി കുമാരൻ ധൃതിയിൽ നടന്നു. അയാളേയും കാത്തിരിക്കുകയായിരുന്നു വീട്ടുകാർ. കിട്ടിയ കാശ് കുമാരൻ ദേവുവിനെ ഏല്പിച്ചു.

അവൾക്കതിശയം. ഇത്രയും പൈസയോ?

അവൾക്ക് തീരെ വിശ്വാസം വരുന്നില്ല.

ഇതൊരു കള്ളക്കച്ചവടംതന്നെ. അവൾ മനസ്സിൽ ഉറപ്പിച്ചു.

# മൂന്ന്

**കു**മാരന്റെ വീടിനടുത്തുള്ള പറമ്പിൽ ഒരു ദിവസം ഒരു കാർ വരുന്നതും രണ്ടുമൂന്ന് ആളുകൾ ഇറങ്ങുന്നതും കുമാരൻ കണ്ടു. വിൽക്കാൻ വെച്ചിരുന്ന ഒരു വലിയ പറമ്പും ബംഗ്ലാവുമായിരുന്നു അത്. പറമ്പ് നിറയെ മരങ്ങൾ. കുറ്റിക്കാടുകൾ. വെറുതെ നശിച്ചു പോവുന്ന അതിലെ ഫലങ്ങൾ കുമാരൻ പോയി എടുക്കാറുണ്ട്. വല്ലപ്പോഴും ഒരാൾ വന്ന് തേങ്ങാ ഇടീക്കുന്നതും വീടൊക്കെ തുറന്ന് അടിച്ചുവാരുന്നതും കാണാറുണ്ട്.

ദേവുവാണെങ്കിൽ ചുള്ളി പെറുക്കാൻ ആ പറമ്പിൽ പോകാറുണ്ട്. ഒന്നു രണ്ടു പ്രാവശ്യം പാമ്പിനെ കണ്ട് ഓടിയിട്ടുമുണ്ട്.

വിൽക്കാൻ വെച്ചിരുന്ന പറമ്പായതുകൊണ്ട് ചിലരൊക്കെ വന്ന് നോക്കാറുള്ളത് കുമാരനറിയാം. ഏതോ ശാപം പിടിച്ച പറമ്പു പോലെ കാടുപിടിച്ച് കിടക്കുന്നത് കണ്ട്, വന്നവർ തിരിച്ചുപോകാറുള്ളതല്ലാതെ വില്പന നടക്കാറില്ല എന്നു മാത്രം. അവസാനം ഒരാൾ ധൈര്യപൂർവ്വം ആ വീടും പറമ്പും വിലയ്ക്ക് വാങ്ങി. ആ മനുഷ്യനാണ് ഇപ്പോൾ കാറിൽനിന്നിറങ്ങിവന്നത്.

കുമാരൻ വേലിക്കരികിൽ വെറുതെ നോക്കി നിന്നു. മാന്യനായ ഒരാളും പ്രൗഢയായ ഒരു സ്ത്രീയും കാറിൽനിന്നും ഇറങ്ങി. ആ പറമ്പും വീടും ആകമാനം ഒന്നു നോക്കുകയാണ്.

കുമാരനെ കണ്ട ആ മാന്യൻ ചിരിച്ചു "ങാ അയൽപക്കമാണല്ലേ. ഞങ്ങളീ സ്ഥലവും വീടും മേടിച്ചു."

വളരെ സന്തോഷത്തോടെയാണ് ആ മനുഷ്യൻ അത് പറഞ്ഞത്.

"എന്തൊക്കെയോ പ്രശ്നങ്ങൾ ഈ വീടിനുണ്ടത്രെ. പക്ഷേ, ഞാനിതിലൊന്നും അത്ര വിശ്വസിക്കുന്നില്ല" കുമാരൻ ആ മാന്യനെ നോക്കിനിന്നതേയുള്ളൂ.

"നമ്മളിനി അയൽക്കാരാവാൻ പോവുകയല്ലേ. എനിക്കിവിടം അത്ര പരിചയമൊന്നുമില്ല. ഇതൊക്കെ ഒന്ന് വൃത്തിയാക്കാൻ വല്ല ആളുകളേം കിട്ടുമോ?"

കാടു പിടിച്ചു കിടക്കുന്ന പറമ്പും വീടും ചൂണ്ടിക്കാട്ടിയാണ് ആ മാന്യൻ അത് പറഞ്ഞത്. "ഞങ്ങക്കാണെങ്കിൽ ഉടൻ താമസിക്കേ വേണം."

"എന്താ.....അല്ലാ....എന്താ ഇയാടെ പേര്?"

"കുമാരൻ...."

"ങാ. കുമാരൻ ആരെയെങ്കിലും ഒന്ന് ഏർപ്പാടാക്കിത്തരുമോ?"

"ങാ.....നോക്കാം"

"ങാ....പറഞ്ഞില്ലല്ലോ. ഞാനിവിടത്തെ സ്കൂളിലെ ഹെഡ്മാസ്റ്ററാ. സ്ഥലം മാറ്റം കിട്ടി വന്നതാ."

കുമാരന് ഏറെ ബഹുമാനം തോന്നി. മാഷാണല്ലോ. മാഷന്മാർ ബഹുമാനം അർഹിക്കുന്ന കൂട്ടമാണെന്നുള്ള ഒരു പൊതുധാരണ കുമാരനുണ്ടായിരുന്നു.

"എന്നാ പറ്റുമെങ്കിൽ ഒരാളെ ഒന്ന് ഏർപ്പാടാക്ക് കുമാരാ. ഞാൻ രണ്ടു ദിവസം കഴിഞ്ഞുവരാം."

കുമാരന് ഏറെ സന്തോഷമായി. പുതിയ ഒരു മാഷ് വന്നിട്ട് തന്നെയാണല്ലോ ഒരാവശ്യത്തിന് സമീപിച്ചത്. ഭാര്യയോടും മക്കളോടും അക്കാര്യം കുമാരൻ പറഞ്ഞപ്പോൾ ദേവു കളിയാക്കി പറഞ്ഞു.

"നോക്കെടാ മോനേ. അച്ഛനിപ്പം ശകലിച്ചെ പൊക്കം വെച്ചിട്ടുണ്ടോന്ന്"

ബാലൂട്ടി ചിരിച്ചു പറഞ്ഞു.

"ഒണ്ടോണ്ട്. ഒരിഞ്ച് പൊക്കം വെച്ചിട്ടുണ്ട്."

"പൊക്കമല്ലെടി. അങ്ങേരൊരു മാഷ്. നമ്മോട് വന്നിട്ട് ഒരു കാര്യം ആവശ്യപ്പെട്ടെന്ന് പറഞ്ഞാൽ നല്ല ഒരു കാര്യമല്ലേ?"

"ഓ. അതൊക്കെ ശരിതന്നെ. ഇപ്പം എന്താ ചെയ്യാൻ പോണെ"

"എടീ ആരെയെങ്കിലും വിളിച്ച് ആ പറമ്പൊക്കെ ഒന്ന് വെടുപ്പാക്കണം. വീടൊക്കെ ഒന്ന് അടിച്ചുവാരണം. ആരെയാ ഇപ്പം വിളിക്കുക?"

അപ്പോഴാണ് ദേവു ഒരു കാര്യം പറഞ്ഞത്. "അതിനിപ്പൊ അതൊക്കെ നമുക്കുതന്നെ അങ്ങ് ചെയ്താലോ. ഒന്നുരണ്ടു ദിവസം ഈ വണ്ടിയും തള്ളി പോയില്ലാന്ന് വിചാരിച്ച് നട്ടമൊന്നും വരാനില്ല."

കുമാരന് ഭാര്യയോട് ലേശം മതിപ്പൊക്കെ തോന്നി. ഇവൾ കൊള്ളാമല്ലോ!

"ങാ. അദ് ശരിയാണല്ലോടി. നമുക്ക് രണ്ടുപേർക്കും കൂടി അങ്ങ് ചെയ്താലോ?"

ബാലൂട്ടിക്കും അതിഷ്ടമായി.

രണ്ടു ദിവസം കഴിഞ്ഞു.

പറഞ്ഞ പോലെ മാഷ് വന്നു.

"എന്താ കുമാരാ....ഞാൻ പറഞ്ഞ കാര്യം എന്തായി. ആളെ കിട്ടിയോ?"

കുമാരൻ ഒന്ന് മടിച്ചു.

പിന്നെ പറഞ്ഞു.

"അല്ല മാഷേ. അദ് ഞങ്ങളുതന്നെ ചെയ്താലോന്ന് വിചാരിക്വാ"

"ഞങ്ങളെന്നു പറഞ്ഞാ....?"

"ഞാനും പെണ്ണുമ്പുള്ളയും മക്കളും കൂടി"

"ഓ. അത് നന്നായി. ആയിക്കോട്ടെ. ഉള്ള കാശ് കുടുംബത്തു തന്നെ കിട്ടട്ടെ."

പിന്നെ തമാശയായി ചോദിച്ചു.

"പിന്നെ റേറ്റൊക്കെയെങ്ങിനെയാ കുമാരാ കത്തി വെക്കുമോ?"

"ഏയ് ഇല്ല മാഷേ. മാഷ്ക്ക് ഇഷ്ടമുള്ളത് തന്നാ മതി"

"ഓ. ശരി. എന്നാ തൊടങ്ങിക്കോ. ഞാനും വേണേൽ കൂടാം"

അന്നുതന്നെ കുമാരനും കുടുംബവും പറമ്പിലിറങ്ങി. പുല്ലൊക്കെ ചെത്തിക്കൂട്ടി. ഓലയും ചുള്ളിയും മാറ്റിയിട്ടു. ആരൊക്കെയോ വലിച്ചെറിഞ്ഞ കുപ്പികളും പ്ലാസ്റ്റിക്കും വേറെയും .

മാഷും ഭാര്യയും വേണ്ട നിർദ്ദേശങ്ങൾ നൽകി അടുത്തുതന്നെ നിന്നിരുന്നു.

അയൽപക്കത്തെ ചിലർ മാഷെ കാണാനെത്തി.

“എന്നത്തേക്കാ മാഷേ താമസം?”

“സ്കൂൾ തുറക്കുമ്പോഴേക്ക് വരണമെന്നുണ്ട്. ഇതൊക്കെ ഒന്ന് വൃത്തിയാക്കണം”

കുമാരനെ പരിചയമുള്ള ഒരുത്തൻ ചോദിച്ചു.

“എന്താ കുമാരാ. ഇന്ന് കുപ്പി പാട്ടയ്ക്ക് പോണില്ലേ?”

“രണ്ടു ദിവസം അവധി എടുത്തു ചേട്ടാ”

“ഓ നെനക്കും അവധിയോ? നന്നായി”

അതിനിടയ്ക്ക് കുമാരന്റെ മകനെ നോക്കി മാഷ് ചോദിച്ചു.

“ഇവന്റെ പേരെന്താ കുമാരാ?”

“ബാലൂട്ടീന്ന്”

“ഇവൻ എത്രയിലാ പഠിക്കുന്നെ. ഇത്തവണ ക്ലാസ്സ് കയറ്റം കിട്ടിയോ?”

കുമാരൻ മൗനം.

“എന്താ കിട്ടിയില്ലേ?”

അതിന് അവിടെ വന്ന ഒരുത്തനാ മറുപടി പറഞ്ഞത്. “അതിനവൻ ശരിക്കും സ്കൂളിൽ പോയിട്ടുവേണ്ടേ മാഷേ. അച്ഛന്റെ കൂടെ പാട്ട പെറുക്കാനാ അവനിഷ്ടം. അല്ലേടാ”

മാഷ് അത്ഭുതത്തോടെ ചോദിച്ചു. “പാട്ട പെറുക്കാനോ? അതയോ കുമാരാ?”

“എടക്കൊക്കെ എന്റെ കൂടെ പോരാറുണ്ട്”

“ശ്ശേ. അത് ശരിയല്ലല്ലോ കുമാരാ. പഠിക്കാൻ നേരം കുട്ടികൾ പഠിക്കണം. അതാണ് അച്ഛനമ്മമാർ ചെയ്യേണ്ടത്. അല്ലെങ്കിൽ അവരെ ഒന്നിനും കൊള്ളാണ്ടാവും”

കുമാരൻ മിണ്ടിയില്ല. ഒരു മാഷല്ലേ പറയുന്നത്. അതിൽ കാര്യവുമുണ്ട്. “ങാ. ഇപ്പം പണി നടക്കട്ടെ. ഞാൻ ഇവിടെ വന്ന് കഴിഞ്ഞ് എന്താണ് വെച്ചാ അന്നേരം ചെയ്യാം”

“ഓ”

അവർ പണി തുടർന്നു.

നാലഞ്ചുദിവസം അച്ഛനും മകനും പാട്ട പെറുക്കാൻ പോയില്ല. അവരുടെ തള്ളുവണ്ടി കുമാരന്റെ വീട്ടുമുറ്റത്ത് വെറുതെ കിടന്നു.

ബാലൂട്ടിക്ക് ചെറിയ ഒരു വിമ്മിട്ടം ഇല്ലാതില്ല. നായർ ഹോട്ട ലിലെ സാമ്പാറിന്റെ മണം മൂക്കിനുള്ളിൽ വരുന്നതുപോലെ തോന്നി അവന്.

ദിവസങ്ങൾകൊണ്ട് പറമ്പും വീടും കുമാരനും കുടുംബവും വൃത്തിയാക്കി. ഒരു വണ്ടി നിറയെ ആക്രിസാധനങ്ങൾ കുമാരന് കിട്ടി. കുറെ പൊത്താനും തേങ്ങയും വേറെയും. അതൊക്കെ മാഷ് പറഞ്ഞ് കുമാരൻ വീട്ടിലേക്കു കൊണ്ടുപോയി. പറമ്പിന്റെ അപ്പോ ഴത്തെ രൂപം കണ്ട് മാഷ്ക്ക് ഏറെ സന്തോഷമായി. അതനുസരി ച്ചുള്ള കൂലിയും മാഷ് കുമാരനു നല്കി. കൂലിയായിട്ടല്ല. കൂലിയെ ക്കാളും സ്നേഹത്തിന്റേതായിരുന്നു ആ വേതനം.

കുമാരന് ഏറെ സന്തോഷമായി.

അയാൾ വിചാരിച്ചതിനേക്കാളും കൂടുതൽ കൂലി.

ആ പ്രാവശ്യം സിറിഞ്ചുമായി വന്ന ബാസ്റ്റ്യൻ തമാശയായി കുമാരനോട് ചോദിച്ചു. “എന്താ കുമാരാ. നീ ആക്രി നിർത്തിയോ? വഴിക്കെങ്ങും നെന്നെ കണ്ടില്ല?”

“ലേശം മറ്റു പണിയൊണ്ടാരുന്നു ചേട്ടാ”

“ങാ. പോട്ടെ. കഴിഞ്ഞതിനേക്കാളും ഇത്തവണ സാധനം കൂടു തലുണ്ട്. വേറെയും കുറച്ചു കിട്ടി. നാളെതന്നെ കഴുകി കൊടുക്കണം”

സഞ്ചികൾ കുമാരനെ ഏല്പിച്ച് ബാസ്റ്റ്യൻ പോയി.

# നാല്

**നാ**ലഞ്ചുദിവസം കഴിഞ്ഞു. ഒരു ദിവസം രാവിലെയുണ്ട്, അപ്പുറത്തെ പറമ്പിൽ ഒരു ലോറി വന്നു നിൽക്കുന്നു. ലോറിയിൽ നിറയെ വീട്ടുസാമാനങ്ങൾ. പുറകെ കാറിൽ മാഷും കുടുംബവും.

കുമാരൻ വേഗം അങ്ങോട്ട് ചെന്നു. കുമാരനെ കണ്ടപ്പോൾ മാഷ്ക്കും ഏറെ സന്തോഷമായി.

“ങാ. കുമാരാ. ഇതൊന്നിറക്കണമല്ലോ. വല്ലവരേയും കിട്ടുമോ?”

“ഇവിടെ എവിട്യാ മാഷേ ആളെ കിട്ടാൻ?”

“അപ്പൊ എന്താ ചെയ്ക”

“അതൊക്കെ എറക്കാം മാഷേ. ഞങ്ങളൊക്കെയില്ലേ ഇവിടെ.”

കുമാരന് അന്നേരം അങ്ങനെയാ പറയാൻ തോന്നിയത്. അത്രയ്ക്ക് ഒരടുപ്പം മാഷുമായി തോന്നിയതുപോലെ.

കുമാരൻ മകനെ വിളിച്ചു.

“എടാ മോനേ ബാലൂട്ടി. വാടാ. നമുക്ക് ഈ സാധനങ്ങളൊക്കെ എറക്കാടാ”

ബാലൂട്ടിക്കും സന്തോഷം. അവരുടെ ഒപ്പം മാഷും ഭാര്യയും കൂടി. ലോറിഡ്രൈവർ ഒരു കൈ സഹായവും ചെയ്തപ്പോൾ വീട്ടുസാധനങ്ങൾ കുറച്ചു സമയം കൊണ്ട് വീടിനുള്ളിലായി. ഇനി തരം പോലെ മാറ്റി പറ്റിയിടത്ത് ഇടാമല്ലോ. മാഷ്ക്കും സമാധാനമായി.

ഒരു തുക മാഷ് കുമാരന് കൊടുത്തപ്പോൾ അയാൾക്കേറെ സന്തോഷം. എന്തോ! കുമാരന്റെ മനസ്സിൽ മാഷ് ഒരു ഇരിപ്പിടം ഉണ്ടാക്കിക്കഴിഞ്ഞിരുന്നു.

അടുത്ത രണ്ടുമൂന്നു ദിവസംകൊണ്ടുതന്നെ വീട്ടുപകരണങ്ങളൊക്കെ കുമാരന്റേയും ദേവുവിന്റേയും സഹായത്തോടെ മാഷ് വേണ്ട സ്ഥലത്ത് വേണ്ട വിധത്തിൽ ഒതുക്കിയിട്ടു.

മാഷുടെ പിള്ളേരും മാഷെപ്പോലെ നല്ല മനസ്സുള്ളവരായിരുന്നു. കുമാരനും ദേവുവും മറ്റും തങ്ങളേക്കാളും താഴേക്കിടയിലുള്ളവരാണെന്ന് അവർക്ക് തോന്നിയില്ല. വീട്ടുജോലിക്ക് ഒരാളെ ആവശ്യമെന്നറിഞ്ഞ മാഷ് ദേവുവിനെയാണ് മനസ്സിൽ കണ്ടത്.

**സ്കൂ**ൾ തുറന്ന അന്ന് ബാലൂട്ടിയേയും കുമാരനേയും മാഷ് വിളിച്ചു. “അപ്പോഴേ ഇനി എന്താ അച്ഛനും മോനും കൂടി പരിപാടി?”

കുമാരന് മനസ്സിലായില്ല.

“മനസ്സിലായില്ല. അല്ലേ? അച്ഛന്റെ കൂടെ കുപ്പിപാട്ട പെറുക്കാനാണോ ഇനിയും ഇവന്റെ പരിപാടി?”

കുമാരന് എന്തു പറയണമെന്നറിയില്ല. ഈ മാഷ്ടെ മുന്നിൽ ഒന്നും പറയാനും തോന്നുന്നില്ല.

“ഏതായാലും കഴിഞ്ഞ കൊല്ലം ഇവന്റെ പഠിത്തം കുളമായി. ഇനി ഇക്കൊല്ലവും അതാവർത്തിക്കണോ. അവന്റെ ജീവിതം കുമാരൻ നശിപ്പിക്കരുത്. കുപ്പി, പാട്ട പെറുക്കൽ നല്ല ജോലിതന്നെ. അത് ഇയാൾക്ക്. പക്ഷേ ബാലൂട്ടിക്കിപ്പം പഠിത്തമാ വലുത്. ഞാനിത് പറയുന്നത് ഇയാടെ മോന്റെ നല്ലതിനാ. കേട്ടോ കുമാരാ”

കുമാരന് എല്ലാം മനസ്സിലാവുന്നുണ്ട്. നേരത്തേ ഇതൊക്കെ അറിയാവുന്നതുമാണ്. പക്ഷേ ഇത്രയും ഗൗരവം കണ്ടിട്ടില്ലെന്നു മാത്രം.

മാഷ് ഒടുവിൽ തീരുമാനിച്ചു.

“ബാലൂട്ടി നാളെ സ്ഥൂളിൽ വരട്ടെ. എന്താണെന്നു വെച്ചാ നമുക്ക് ചെയ്യാം.”

മതിയായ ഹാജർ ഇല്ലാത്തതിനാൽ പഴയ ക്ലാസ്സിൽതന്നെയാണ് ബാലൂട്ടിക്ക് ഇരിക്കാൻ കഴിഞ്ഞത്. അവന്റെ പഴയ സഹപാഠികൾ ക്ലാസ്സ് കയറ്റം കിട്ടി പോയിക്കഴിഞ്ഞിരുന്നു. ഏതാനും കുട്ടികൾ തോറ്റു കിടപ്പുണ്ട്. അവരൊക്കെ ബാലൂട്ടിയുടെ പരിചയക്കാരായിരുന്നു. അവന് പുറകിലാണ് സീറ്റ് കിട്ടിയത്.

പരിചയക്കാരനായ ഒരു കുട്ടി ബാലൂട്ടിയെ കളിയാക്കി.

“ദേടാ. നമ്മുടെ കുപ്പിപ്പാട്ട വന്നിരിക്കുന്നു. നീ എന്ത് പഠിക്കാനാടാ വന്നിരിക്കുന്നെ കുപ്പിപ്പാട്ടേ?” ഒരു ചോദ്യം! ബാലൂട്ടിക്ക് ദേഷ്യം വന്നു.

"നീ പോടാ നീർക്കോലി."

മെലിഞ്ഞ അവനെ നീർക്കോലി എന്നല്ലാതെ എന്തു വിളിക്കാൻ.

അതവൻ പ്രതീക്ഷിച്ചില്ല.

പിന്നെ അവൻ ബാലൂട്ടിയോട് ലോഹ്യം കൂടാനല്ലാതെ അവനെ മൂപ്പിക്കാനൊന്നും പോയില്ല.

ക്ലാസ്സിൽ ബാലൂട്ടിക്കാണ് തടിയും പൊക്കവും കൂടുതൽ. അതു കൊണ്ട് ക്ലാസ്സ് ലീഡറായി അവനെയല്ലാതെ വേറെ ആരെ എടു ക്കാൻ.

ബാക്കി സഹപാഠികൾക്കെല്ലാം പുതിയ ഉടുപ്പുകളും പുസ്തക ങ്ങളും ഉള്ളപ്പോൾ ബാലൂട്ടിക്ക് പഴയ ഉടുപ്പും കീറിയ പുസ്തകങ്ങ ളുമായിരുന്നു.

അതിൽ അവന് ലേശം വിഷമം തോന്നാതിരുന്നില്ല. ആ മാഷ് കാരണമാണ് ഇതൊക്കെ എന്ന് അവന് തോന്നി. വരേണ്ടിയിരുന്നില്ല.

പക്ഷേ അവന്റെ അത്ഭുതത്തിന് അതിരില്ലായിരുന്നു അന്നുതന്നെ മാഷ് പുതിയ പുസ്തകങ്ങളും ഒരു ജോടി പുതിയ ഉടുപ്പുകളും അവനെ ഏല്പിച്ചപ്പോൾ ബാലൂട്ടി മാഷെ തന്നെ കുറച്ചു നേരം നോക്കി നിന്നു! ഈ മാഷ്! മാഷ് അന്നേരം അവനെ നോക്കി പറഞ്ഞു.

"ഇനി പുസ്തകം ഇല്ല ഉടുപ്പില്ല എന്നൊക്കെ പറഞ്ഞ് പഠിത്തം മുടക്കിയാലാ........ങാ. വല്ല സംശയവുമുണ്ടെങ്കിൽ ചോദിക്കാനും മടിക്കേണ്ട. കേട്ടോ ബാലൂ"

കുമാരന്റെ കുടുംബത്തിന് വളരെ സന്തോഷം. അതിലുപരി മാഷോട് ഏറെ ബഹുമാനം.

തനിക്ക് സംശയമുള്ള കാര്യങ്ങൾ ബാലൂട്ടി മാഷോട് ചോദിച്ച് മനസ്സിലാക്കും. മാഷ് സംശയം തീർക്കുന്നതിന്റെ രസം കണ്ട് അവൻ അത്ഭുതം കൂറി. ഇങ്ങനെ വേണം മാഷ് എന്നവന് തോന്നി.

മാഷുടെ പ്രവൃത്തികളും ശീലങ്ങളും പെരുമാറ്റവും ബാലൂട്ടി ശ്രദ്ധിച്ചു തുടങ്ങി. അവനേറെ ഇഷ്ടമായി മാഷിനെ.

മാഷ് ഒരു പ്രത്യേക സ്വഭാവക്കാരനായിരുന്നു. വെറുതെ ഒരു നിമിഷം കളയില്ല. എന്തെങ്കിലും ചെയ്തോണ്ടിരിക്കും. ചെടികൾ

നടുക. അത് നനയ്ക്കുക. വളമിടുക. ഇവയൊക്കെ മാഷ് ചെയ്യു ന്നത് ബാലൂട്ടി ശ്രദ്ധിക്കും. ദിവസവും മാഷ് എവിടെനിന്നെങ്കിലും ഒരു പൂച്ചെടി സംഘടിപ്പിച്ചു കൊണ്ടുവരും. ചിലപ്പോൾ ബാലൂട്ടിയെ ക്കൊണ്ട് ചില സ്ഥലത്തുനിന്നും ചെടിക്കമ്പുകൾ വരുത്തും. ബാലൂട്ടിക്കും അതൊക്കെ ചെയ്യാൻ എന്തിഷ്ടമാണെന്നോ?

മാഷ് ചെടികൾ നടുമ്പോൾ അവൻ അടുത്തു തന്നെ ചെന്നു നിന്ന് കൗതുകത്തോടെ നിരീക്ഷിക്കും. മാഷെ സഹായിക്കും.

മാഷ് ചിലപ്പോൾ ചോദിക്കും.

"ബാലുവിന് വേണോടാ കമ്പ്"

അന്നേരം മാഷ്ടെ ഭാര്യ ചോദിക്കും. "അതിനവനെവിടെ കൊണ്ടു നടാനാ?"

അതൊന്നും ശ്രദ്ധിക്കാതെ മാഷ് പറയും.

"നീ കൊണ്ടു പോയി നടെടാ"

അങ്ങനെ കിട്ടിയ ചില ചെടിക്കമ്പുകൾ ബാലൂട്ടി തന്റെ ചെറിയ വീട്ടുമുറ്റത്ത് നട്ടു.

മാസങ്ങൾ കഴിഞ്ഞപ്പോൾ മാഷ്ടെ മുറ്റത്ത് ചെടികൾ കിളിർത്തു. തളിർത്തു. വളർന്നു. പല തരത്തിലുള്ള വർണ്ണഇലകൾ. പൂക്കൾ. അവ കാറ്റിൽ ആടിക്കളിച്ചു.

അതനുസരിച്ചുതന്നെ ബാലൂട്ടിയുടെ മുറ്റത്തും ഒരു ചെറിയ പൂന്തോട്ടം ഒരുങ്ങി വന്നു.

ചെടികളിൽ പൂക്കളുണ്ടായി.

അവയെ ഒന്ന് തൊടാൻപോലും അവൻ ആരേയും സമ്മതിക്കില്ല.

അവധി ദിവസങ്ങളിൽ ബാലൂട്ടി അച്ഛന്റെ കൂടെ ആക്രിക്കച്ചവട ത്തിനും പോയി.

## അഞ്ച്

**ബാ**സ്റ്റ്യന്റെ വരവിപ്പോൾ കൂടുകയായിരുന്നു. ഇത്രയും സിറിഞ്ചുകൾ ഇയാൾക്കെവിടെനിന്നു കിട്ടുന്നു എന്ന് അത്ഭുതപ്പെടുകയായിരുന്നു കുമാരൻ.

സിറിഞ്ചുകൾ വാങ്ങുന്നിടത്തും കുമാരൻ വേണ്ടപ്പെട്ടവനായി. ചെന്നാൽ ചിരിച്ചുകൊണ്ട് സ്വീകരിക്കുന്നു. കുശലപ്രശ്നങ്ങൾ നടക്കുന്നു. ഇരിക്കാൻ കസേര. ചില ദിവസങ്ങളിൽ ചായപോലും കിട്ടിത്തുടങ്ങി. ഉള്ള കാശ് തരുന്നതും എത്ര സന്തോഷത്തോടെയാണെന്നോ. വേറെ ഒരുത്തൻ സിറിഞ്ചുകൾ കൊണ്ടുവരുന്നതും കുമാരൻ ഒരു ദിവസം കണ്ടു. അപ്പോൾ താൻ മാത്രമല്ല ഇതിൽ പെട്ടിരിക്കുന്നത്.

ഒരിക്കൽ കുമാരൻ കണ്ടു സിറിഞ്ചുകൾ പാക്കറ്റുകളിലാക്കി ചെറിയ കടലാസ് പെട്ടികളിൽ ആക്കുന്നു. മാഷുടെ അവിടെ പല്ലു തേക്കുന്ന പേസ്റ്റ് വരുന്ന കൂടുകൾ മാതിരിയുള്ള കൂടുകൾ കിടക്കുന്നതും അയാൾ കണ്ടു.

കുമാരന് സംശയം കൂടിവന്നു. എന്താണിവര് ചെയ്യുന്നത്. കുപ്പികളും മറ്റും കഴുകി വൃത്തിയാക്കാറുണ്ട്. അത് പരസ്യമായാണ് ചെയ്യാറ്.

ഇവിടെയോ? രഹസ്യമായി സിറിഞ്ചുകൾ പാക്കറ്റിലാക്കി കെട്ടിവെയ്ക്കുന്നു. എവിടെയാണിവർ ഇവ അയയ്ക്കുന്നത്. നല്ല കാശ് ഇവർക്ക് കിട്ടുന്നുണ്ടാവും. അല്ലാതെ തനിക്കിത്രയും കാശ് തരില്ലല്ലോ. പിന്നെ അയാൾക്ക് തോന്നി. താനെന്തിന് ഇതൊക്കെ ചിന്തിച്ച് തല പുണ്ണാക്കുന്നു. താൻ പറ്റില്ലാന്നു പറഞ്ഞാൽ തനിക്ക് തന്നെ നഷ്ടം. വേറൊരാൾ ഇതേറ്റെടുത്ത് ചെയ്യും. ഇവരിത് നിർത്താനൊന്നും പോണില്ല. പിന്നെ താനിവിടെനിന്നും പോയാൽ,

ഇവരുടെ രഹസ്യം അറിയാവുന്ന ഒരാളായതുകൊണ്ട് ഉപദ്രവിക്കാനും ഇടയുണ്ട്. മിണ്ടാതിരിക്കുന്നതാ നല്ലത്.

സിറിഞ്ചുകൾ അധികമാവുമ്പോൾ അവ കഴുകി വൃത്തിയാക്കുന്ന ജോലി ഏറെ ശ്രമകരമാവാറുണ്ട്. ചിലതിലൊക്കെ അഴുക്കുകൾ കൂടുതലായിരിക്കും. ചിലതിൽ രക്തത്തിന്റെ അവശിഷ്ടങ്ങൾ കാണാറുണ്ട്. സൂചി ദേഹത്ത് കയറാതിരിക്കാൻ വളരെ സൂക്ഷിക്കണം. എല്ലാം കൂടി ഒന്നിച്ച് കഴുകി എടുക്കാനൊന്നും പറ്റില്ല. ഓരോന്നുമെടുത്ത് കഴുകണം. എന്നിട്ടും ചിലപ്പോൾ സൂചി കയ്യിൽ കയറാറുണ്ട്. അതൊക്കെ കുമാരൻ നിസ്സാരമായി തള്ളും.

അന്നും പതിവുപോലെ സിറിഞ്ചുകൾ കഴുകുകയായിരുന്നു കുമാരൻ. ഒരു സിറിഞ്ചിൽ ചോരയുടെ അംശം കറുത്ത നിറത്തിൽ പറ്റിപിടിച്ചിരിക്കുന്നതായി കുമാരന് തോന്നി. ശക്തിയായി സിറിഞ്ച് കുലുക്കി. പക്ഷേ സിറിഞ്ചിന്റെ സൂചി വിരലിൽ കുത്തിക്കയറുകയാണുണ്ടായത്. ചോര ധാര ധാരയായി വന്നു.

സാധാരണ ചെയ്യാറുള്ളതുപോലെ ഉള്ളി ചതച്ച് തേച്ചു. വായിൽ വെച്ച് ഈമ്പി. ചോര പ്രവാഹം നിലയ്ക്കുന്നില്ല. പഞ്ചസാരയും കാപ്പിപ്പൊടിയും മുറിവിൽ പൊത്തി. അത് മുഴുവനും ചോരകൊണ്ട് കുതിർന്നു. കുറച്ചുകൂടി കാപ്പിപ്പൊടി പൊത്തിയപ്പോഴാണ് ചോര നിന്നത്.

കുമാരന് ആശ്വാസമായി.

ഇത്രയും മുറിവ് ഇതുവരെ കുമാരന് പറ്റിയിട്ടില്ല. അന്ന് പിന്നെ ബാക്കി സിറിഞ്ചുകൾ ദേവുവും ബാലൂട്ടിയും കൂടി ചേർന്നാണ് വൃത്തിയാക്കിയത്.

രണ്ടുമൂന്നു ദിവസംകൊണ്ട് കുമാരന്റെ വിരലിലെ മുറിവുണങ്ങി.

പതിവുപോലെ അയാൾ തന്റെ ജോലി തുടരുകയും ചെയ്തു.

കുറച്ചു ദിവസങ്ങൾ കഴിഞ്ഞാണ് ദേവു അത് ശ്രദ്ധിച്ചത്. ഭർത്താവിന് ക്ഷീണം. ഭക്ഷണത്തിനോട് വിരക്തി. കഴിച്ചതൊക്കെ ചിലപ്പോൾ ചർദ്ദിക്കുന്നു.

നാട്ടിലെ വൈദ്യർ കിട്ടുക്കണിയാരെ കാണിച്ചു. ഏതോ ചില നാട്ടുമരുന്നുകൾ ഉണ്ടാക്കി അയാൾ തന്നു. പിന്നെ കഷായങ്ങൾ.

അസുഖത്തിന് ഒരു മാറ്റവുമില്ല.

അടുത്ത ദിവസം ഒരു മന്ത്രവാദിയെക്കൊണ്ട് ജപിച്ച് ചരട് കെട്ടിച്ചു. ഫലമില്ല.

അപ്പോഴൊക്കെ ആക്രിക്ക് പോയിരുന്നത് ബാലൂട്ടിയായിരുന്നു. ബാസ്റ്റ്യൻ കൊണ്ടുവന്ന സിറിഞ്ചുകൾ കഴുകി കുമാരൻ പറഞ്ഞതനുസരിച്ച് കൊണ്ടു കൊടുത്ത് കാശ് മേടിച്ചതും അവൻ തന്നെ.

ബാസ്റ്റ്യൻ ഒരു ദിവസം കുമാരന്റെ അവശത കണ്ട് കുറച്ച് കാശ് അയാളെ ഏല്പിച്ചു. കുമാരന്റെ അടുത്ത് കുറച്ചു നേരം ഇരുന്നിട്ടാണ് അയാൾ പോയത്.

ഒരു ദിവസം മാഷ് കുമാരനെ കാണാൻ ചെന്നു. മാഷ്ക്ക് തോന്നി. ഇത് ശരിയല്ലല്ലോ. ഇങ്ങനെ അരിഷ്ടവും കഷായവും കഴിച്ചുകൊണ്ടിരുന്നാൽ ഈ രോഗം ഭേദമാവില്ലെന്ന് മാഷ്ക്ക് തോന്നി. ആശുപത്രിയിൽ പോകുന്നതാണ് നല്ലത്. അന്നുതന്നെ മാഷുടെ സഹായത്തോടെ കുമാരനെ പട്ടണത്തിലെ ആശുപത്രിയിൽ അഡ്മിറ്റ് ചെയ്തു.

ഡോക്ടർ കുമാരനെ കണ്ട മാത്രയിൽതന്നെ കേസ് ഗുരുതരമാണെന്ന് മനസ്സിലാക്കി. ഉടനെതന്നെ ചികിത്സ തുടങ്ങി – കുറെ ടെസ്റ്റുകൾക്ക് എഴുതി.

ഇതിനൊക്കെ പണം വേണം.

എല്ലാം മാഷ്തന്നെ ഏറ്റെടുത്തു. അല്ലാണ്ട് പറ്റില്ലല്ലോ. കുമാരന്റെ മകൻ ഇപ്പോൾ തന്റെ സ്കൂളിലെ ഒരു വിദ്യാർത്ഥിയാണ്. താനാണിപ്പോൾ ഇവരുടെ അഭ്യുദയകാംക്ഷി. ഇവരെ താനിപ്പോൾ ആശുപത്രിയിൽ ഇട്ടേച്ചു പോയാൽ അതൊരു ദ്രോഹമായിരിക്കും. അതുമല്ല താനാണ് കുമാരനെ ആശുപത്രിയിൽ ചേർത്തത്. ഡോക്ടർ തന്നോടായിരിക്കും ചോദിക്കുക.

ആശുപത്രിയിലെ ചെലവുകളൊക്കെ മാഷ്തന്നെ വഹിക്കേണ്ടിവന്നു. അവർക്കുള്ള ഭക്ഷണം മാഷ്ടെ വീട്ടിൽനിന്നായിരുന്നു. അതിലൊന്നും മാഷ്ടെ ഭാര്യയ്ക്ക് അനിഷ്ടമൊന്നും തോന്നിയില്ല. കുമാരന്റെ മോൾ മാഷ്ടെ വീട്ടിലാണിപ്പോൾ.

കുമാരന്റെ ചില അകന്ന ബന്ധുക്കൾ ചിലപ്പോൾ ആശുപത്രിയിൽ വരും. അവർക്ക് കുമാരനെ സഹായിക്കാനുള്ള ത്രാണിയൊന്നുമില്ല. ആൾസഹായം കിട്ടുമെന്നുമാത്രം.

ടെസ്റ്റുകളുടെ ഫലം വന്നപ്പോൾ ഡോക്ടർ മാഷെ വിളിപ്പിച്ചു.

ഗൗരവത്തോടെയാണ് ഡോക്ടർ ചോദിച്ചത്.

“മാഷടെ ആരാ ഈ കുമാരൻ?”

“എന്റെ അയൽക്കാരനാ ഡാക്ടർ. പാവങ്ങൾ! എനിക്കങ്ങനെ അവരെ തള്ളാൻ പറ്റില്ല. എല്ലാറ്റിനും അവരെന്നെ സഹായിക്കുന്നവരാ. ആ ചെക്കൻ എന്റെ സ്കൂളിലാ പഠിക്കുന്നത്.”

“ഇയാൾക്കെന്താ പണി?”

മാഷ് വിശദമായി കുമാരനെ പറ്റിയും അയാളുടെ പണിയെ പറ്റിയും പറഞ്ഞു.

“ആകെ കുഴപ്പത്തിലാണല്ലോ മാഷെ കാര്യങ്ങൾ”

“എന്താ. എന്താ ഡോക്ടർ?”

“ആ മനുഷ്യന് ഹിപ്പറ്റൈറ്റിസ് ബിയാണ്. മാരകമായ രോഗം. അതിനെക്കുറിച്ച് മാഷ്ക്കറിയാമല്ലോ. സ്ഥിതി ആകെ വഷളാവുകയാണ്. തക്കസമയത്ത് വന്നിരുന്നെങ്കിൽ എന്തെങ്കിലും ചെയ്യാമായിരുന്നു. ഇതിപ്പോൾ കൈ വിട്ടു പോവുകയാണോന്ന് ഒരു സംശയം. കിട്ടിയാ കിട്ടി എന്നു പറയാം.”

“എന്താ ഡോക്ടർ ഒരു രക്ഷ?”

ഡോക്ടർ വെറുതെ ഇരുന്നതേയുള്ളൂ. മാഷ്ക്ക് മനസ്സിലായി. ഡോക്ടർ നിസ്സഹായനാണ്. “കുറെ മരുന്നുകൾ കൊടുക്കാം. അത്ര തന്നെ”

കുറച്ചു കഴിഞ്ഞ് ഡോക്ടർ ചോദിച്ചു.

“അല്ല. എങ്ങനെയാ ഇയാൾക്കി അസുഖം വന്നത്. അതാ ഞാനാലോചിക്കുന്നത്. ഇയാൾക്ക് ഈയിടെ വല്ല ഓപ്പറേഷനോ മറ്റോ നടന്നിട്ടുണ്ടോ?”

“ഏയ് എന്റെ ഓർമ്മയിലില്ല.”

“ഓപ്പറേഷൻ നടക്കുമ്പോൾ രക്തമോ മറ്റോ കൊടുത്തിട്ടുണ്ടോ എന്നറിയാനാ. അങ്ങനെയാണെങ്കിൽ അതിലൂടെ വന്നതായിരിക്കുമോ ഈ അസുഖം.”

“എന്റെ അറിവിലില്ല. ഇനി അവരോട് ചോദിച്ചാലേ അറിയാനൊക്കൂ.”

"അങ്ങനെയല്ലാണ്ട് ഈ അസുഖം വരാൻ യാതൊരു സാധ്യത യുമില്ല. ഇയാൾ എന്തെങ്കിലും വല്ല ഇഞ്ചക്ഷനോ മറ്റോ എടുത്ത തായി അറിയുമോ?"

മാഷ് എന്തുപറയാനാണ്. അതൊന്നും മാഷ്ക്ക് അറിയാൻ പറ്റി ല്ലല്ലോ.

"അല്ല. ഡോക്ടർ എന്താ അങ്ങനെ ചോദിച്ചത്?"

"അങ്ങനെയൊക്കെ ഇക്കാലത്ത് സംഭവിക്കാമല്ലോ. ഈ അസുഖ മുള്ള ഒരാളിൽ പ്രയോഗിച്ച സൂചിതന്നെ വേറൊരാളിൽ ഉപയോ ഗിച്ചാൽ രോഗം പകരാനുള്ള സാധ്യത ഉണ്ടല്ലോ. അങ്ങനെ വല്ലതും സംഭവിച്ചതാണെങ്കിലോ?"

"അതിനിപ്പോൾ ഡിസ്പോസിബിൾ സിറിഞ്ചല്ലേ ഡോക്ടർ ഉപ യോഗിക്കുന്നത്. അതപ്പോൾതന്നെ കളയുകയല്ലേ. വേറൊരാളിൽ പ്രയോഗിക്കുന്നില്ലല്ലോ" "അതില്ല. എന്നാലും ഇതു വരാനുള്ള ഒരു സാധ്യത അതിലുണ്ടല്ലോ. ഒരു സൂചിതന്നെ അബദ്ധത്തിന് വേറെ ഒരു മനുഷ്യനിൽ പ്രയോഗിച്ചാലോ?"

"അത് ശരിയാണല്ലോ"

"ഇയാൾക്കെന്ത് ജോലിയെന്നാ പറഞ്ഞത്"

"ആക്രിക്കച്ചവടമാ ഡോക്ടർ."

പെട്ടെന്ന് ഡോക്ടർക്ക് സംശയം തോന്നി. "ഇനി അക്കൂട്ടത്തിൽ ഇങ്ങനത്തെ വല്ല സൂചിയോ മറ്റോ ഉണ്ടായിരുന്നെങ്കിലോ. അതെങ്ങാണ്ട് കയ്യിലോ ശരീരത്തിലോ കുത്തിക്കയറിയാൽ പോരേ"

"ഏയ്. അതെങ്ങനെയാ ഡോക്ടർ. വീടുകളിൽനിന്നും ഇത്തരം സിറിഞ്ചുകൾ കിട്ടാൻ സാധ്യതയുണ്ടോ!"

"ഇല്ല. എന്നാലും സാധ്യതകൾ എല്ലാം നമ്മൾ നോക്കണമല്ലോ."

"ഇനി ഇപ്പൊ എന്താ ചെയ്ക?"

"മരുന്നുകൾ കൊടുക്കുന്നുണ്ട്. തലച്ചോറിനുംകൂടി ബാധിച്ചി ട്ടുണ്ടോ എന്നു സംശയവുമുണ്ട്. അതുംകൂടി ആയാൽ പിന്നെ രക്ഷ യില്ല മാഷേ" "എന്റീശ്വരാ" മാഷ് അറിയാതെ വിളിച്ചുപോയി.

"അവരെ എങ്ങനെയാ മാഷേ ഇതൊന്നറിയിക്കുക"

"ആ സ്ത്രീയോട് ഒന്നും പറയേണ്ട. അവരൊക്കെ തകർന്നിരിക്കുകയാണ്"

"ചെക്കനെങ്ങനെയാ?"

"കാണുന്നതിനേക്കാളും മനസ്ഥൈര്യം ഉള്ളവനാ ചെക്കൻ. ഒറ്റയ്ക്ക് ആക്രിക്കച്ചവടത്തിന് വരെ പോവുന്നുണ്ട് അവൻ. പ്രായത്തിൽ കവിഞ്ഞ കെല്പുണ്ട്."

"അവനോട്  പറഞ്ഞാലോ?"

മാഷും ഡോക്ടറും കൂടി ആലോചിച്ചു.

"അവനെ ഇവിടെ വിളിച്ചു കൊണ്ടുവരാം. ഡോക്ടർ തന്നെ സാവകാശം കാര്യം പറയണം."

"ശരി"

ചെക്കനെ വിളിച്ചുകൊണ്ടുവരാൻ ഡോക്ടർ ഒരു നഴ്സിനെ പറഞ്ഞയച്ചു.

# ആറ്

**മാ**ഷും ഡോക്ടറും ശരിക്കും അത്ഭുതപ്പെട്ടു. എത്ര സ്ഥൈര്യത്തോടെയാണ് അച്ഛന്റെ ഗുരുതരാവസ്ഥയെക്കുറിച്ച് പറഞ്ഞപ്പോൾ ബാലൂട്ടി കേട്ടു നിന്നത്.

കുറെ നേരം അവൻ മിണ്ടാതെ ഇരുന്നതേയുള്ളൂ. പിന്നെ ആകുലനായി. കണ്ണുകൾ ഈറനായി. പിന്നെ മനസ്സ് വീണ്ടെടുത്തപോലെ അവൻ ഇറങ്ങി. നേരെ അച്ഛന്റെ കിടയ്ക്കക്കരികെ ചെന്നുനിന്നു. അച്ഛൻ മയക്കത്തിലാണ്. അമ്മ അടുത്തുതന്നെയുണ്ട്. അമ്മയോട് ഇപ്പോൾ ഒന്നും പറയേണ്ട എന്നല്ലേ മാഷും ഡോക്ടറും പറഞ്ഞത്. പറഞ്ഞാലുള്ള സ്ഥിതിയെക്കുറിച്ചും അവർ പറഞ്ഞിരുന്നു. പിന്നെ ഇപ്പോൾതന്നെ ബോധക്കേടും നിലവിളിയും തുടങ്ങും.

ബാലൂട്ടി അച്ഛന്റെ കയ്യെടുത്ത് തഴുകി. അച്ഛനോട് ബാലൂട്ടിക്ക് ഏറെ സ്നേഹമായിരുന്നു. കുടുംബത്തോട് കുമാരന് ഏറെ കാര്യമായിരുന്നു. അടുത്തുള്ള കുടുംബങ്ങളിൽ വഴക്കും വക്കാണവും നടക്കുമ്പോൾ തങ്ങടെ വീട്ടിൽ അതുണ്ടാവാത്തത് ഈ അച്ഛനായതുകൊണ്ടാണ്. അച്ഛന്റെ വായിൽ നിന്നും ഒരു ചീത്തവാക്ക് അവനിതുവരെ കേട്ടിട്ടുകൂടിയില്ല. ദേഷ്യം വന്നാൽ കടുപ്പിച്ചൊന്നുംകൂടി പറയും. അത്രതന്നെ. അതോടെ അമ്മ നിർത്തും. അടുത്ത നിമിഷം തന്റെ അച്ഛന്റെ വാക്കുകൾ മയത്തിലുള്ളതായിരിക്കും.

ആ അച്ഛനാണ് ഇപ്പോൾ മയക്കത്തിൽ കിടക്കുന്നത്. അച്ഛന്റെ ഇപ്പോഴത്തെ സ്ഥിതി ഓർത്ത് അവന്റെ കണ്ണുകൾ ഈറനായി. അവൻ പെട്ടെന്ന് പുറത്തേക്കിറങ്ങി. അച്ഛന്റെ കിടപ്പു കണ്ടിട്ടായിരിക്കും മകൻ ഇറങ്ങിയതെന്ന് ആ അമ്മ കരുതി. കുമാരൻ എന്തൊക്കെയോ മുരളുന്നുണ്ടായിരുന്നു.

വരാന്തയിൽ ബാലൂട്ടി ഇരുന്നു. തലയിൽ പലതും തിരിഞ്ഞുമറിഞ്ഞു. ഇതുവരെയുള്ള ആശുപത്രി ചെലവൊക്കെ മാഷാണ് നടത്തിയത്. തന്റെ കയ്യിൽ എവിടുന്നാ കാശ്.

എന്തെങ്കിലും ചെയ്തേ പറ്റൂ. തലേന്ന് ബാസ്റ്റ്യൻ കൊണ്ടുവന്ന സിറിഞ്ചുകൾ കഴുകി കൊണ്ടു കൊടുത്താൽ കുറച്ചു രൂപ കിട്ടും. ഒന്ന് പോയാലോ. അമ്മയെ അച്ഛന്റെടുത്തുതന്നെ ഇരുത്തി അവ നിറങ്ങി.

കുറച്ച് കാശ് കിട്ടിയപ്പോൾ ബാലൂട്ടിക്ക് സമാധാനമായി.

പക്ഷേ ആ കാശ് കണ്ടപ്പോൾ മാഷ് ചോദിച്ചു.

"എവിടുന്നാ ബാലൂ ഇത്രേ കാശ്"

പെട്ടെന്നുള്ള ചോദ്യം അവന് പരിഭ്രമമായി.

അവൻ പറഞ്ഞു.

"കൊറച്ച് ആക്രി വിറ്റതാ മാഷേ, അവിടുന്ന് കൊറച്ച് കാശ് കടവും മേടിച്ചു"

മാഷ്ക്ക് അത്രയ്ക്കങ്ങ് വിശ്വാസം തോന്നിയില്ല. ആക്രി വിറ്റാലും കടം ചോദിച്ചാലും ഇത്രയും പൈസ കിട്ടുമോ!

ങാ! എന്തോ തരികടയുണ്ട്. പിന്നെയാവട്ടെ. ചോദിക്കാം.

**കു**മാരന്റെ നില വഷളാവുകയായിരുന്നു. ദേവുവിനും ഏതാണ്ടത് മനസ്സിലായി. അവൾ പരിഭ്രാന്തയായി. ഡോക്ടറെ കണ്ടപ്പോൾ ചോദിച്ചു. "എന്താ ഡോക്ടർ സാറെ എന്റെ ചേട്ടന്?! മിണ്ടാട്ടംതന്നെ കുറഞ്ഞുവരുന്നല്ലോ"

ഡോക്ടർ അവളെ ആശ്വസിപ്പിച്ചു. "ഏയ് കുഴപ്പമൊന്നുമില്ലന്നേ. മരുന്നുകൾ കൊടുക്കുന്നുണ്ടല്ലോ. അത് ശരീരത്തിൽ ഏശാൻ സമയമെടുക്കില്ലേ?"

"അല്ല. എന്റെ ചേട്ടന് എന്തോ ഒണ്ട്. എന്റെ മനസ്സ് അത് പറയുന്നുണ്ട്...... എന്റീശ്വരാ! എന്തായിദ്!....ശ്വാസംപോലും കുറയുകയാണല്ലോ. അതിനും മാത്രം എന്താ എന്റെ ചേട്ടനസുഖം?"

പെട്ടെന്ന് ഡോക്ടർ പുറത്തേക്കു പോയി. വേറൊരു ഡോക്ടറേയും കൂട്ടി കുമാരന്റെ അടുത്തെത്തി. അവർ കുമാരനെ വിസ്തരിച്ചു പരിശോധിച്ചു. നിരാശയോടെ എന്തോ ഇംഗ്ലീഷിൽ പറഞ്ഞു. എന്തൊക്കെയോ കുശുകുശുത്തു.

അതൊക്കെ ശ്രദ്ധിച്ചിരുന്ന ദേവുവിന് തോന്നി തന്റെ ഭർത്താവിന് എന്തോ സംഭവിക്കാൻ പോവുന്നു എന്ന്.

"എന്താ സാറേ. എന്താ?"

പരിഭ്രമത്തോടെ ദേവു ചോദിച്ചു.

"ആരാ നിങ്ങടെ കൂടെ ഉള്ളത്?"

"മകനൊണ്ട്. പുറത്ത് നിൽക്കയാ"

"അവനോട് എന്നെ വന്ന് കാണാൻ പറയൂ"

ആ സമയത്തുതന്നെയാണ് ബാലൂട്ടിയും മാഷും കൂടി അവിടെ എത്തിയത്.

"എന്താ ഡോക്ടർ?"

"വരൂ പറയാം"

വല്ലാത്ത കനമുണ്ടായിരുന്നു ആ വാക്കുകൾക്ക്. ഡോക്ടറുടെ മുറിയിൽ മാഷും ബാലൂട്ടിയും ഇരുന്നു. ഡോക്ടർ അവനെ നോക്കി കുറച്ചുനേരം മിണ്ടാതിരുന്നു. പിന്നെ മ്ലാനതയോടെ മെല്ലെ പറഞ്ഞു.

"പറയാൻ വിഷമമുണ്ട് മാഷേ. കുമാരനെ ഇനി ഇവിടെ കിടത്തേണ്ട. കൊണ്ടോയ്ക്കോളൂ. ഇനി ചികിത്സിക്കാനൊന്നുമില്ല."

എന്നിട്ട് ബാലൂട്ടിയോട് പറഞ്ഞു.

"ചെല്ലൂ മോനേ. അച്ഛന്റെടുത്തേക്ക് ചെല്ലൂ.... അമ്മയ്ക്ക് ധൈര്യം കൊടുക്ക്."

ബാലൂട്ടി പോയപ്പോൾ ഡോക്ടർ പറഞ്ഞു. "ഇനി അധികമില്ല മാഷേ. തലച്ചോറിൽ വരെ അണുബാധ ഉണ്ടായിരിക്കുന്നു. ഇനി മരുന്നും ഇല്ല. ഇവിടെ കിടന്ന് പോവുന്നതിനേക്കാളും നല്ലത് വീട്ടിൽ പോവുന്നതല്ലേ?"

"ശരി ഡോക്ടർ"

മാഷ് കുമാരന്റെ അടുത്തേക്ക് ചെന്നു. എങ്ങനെയാ ഇവരോട് കാര്യം പറയുക. പറഞ്ഞാലും ഇവർക്കെന്തു ചെയ്യാനൊക്കും. ആകെ തകർന്നിരിക്കുകയാണിവർ. ആരാ ഇവർക്കുള്ളത്. ഏതോ ഒരനിയനെക്കുറിച്ച് പറഞ്ഞിരുന്നു. പിന്നെ അയൽക്കാർ ചെറിയ ചെറിയ സഹായങ്ങൾ ചെയ്യുന്നത് കണ്ടിട്ടുണ്ട്. അത്ര തന്നെ.

താൻ തന്നെ എല്ലാം ചെയ്യേണ്ടി വരും. അതുറപ്പിച്ചുതന്നെ മാഷ് നിന്നു. വല്ലാത്ത ശ്വാസതടസ്സം അനുഭവിക്കുന്നുണ്ട് കുമാരൻ. ബാലൂട്ടി അച്ഛന്റെ നെഞ്ച് തടവുകയാണ്. മകന്റെ കൈ കുമാരൻ

സ്വന്തം കയ്യിൽ ഒതുക്കിയപ്പോൾ നോക്കി നിന്ന മാഷ്ക്ക് തോന്നി എന്തോ അനിഷ്ടമായത് സംഭവിക്കാൻ പോവുകയാണ് എന്ന്.

ദേവുവും ഭർത്താവിനെ നോക്കി. കരയാൻ ഇനി അവർക്ക് കണ്ണീരില്ല. കുമാരൻ ഒന്നുരണ്ടുപ്രാവശ്യം ശ്വാസം വലിച്ചു. മാഷ്ക്ക് ആശങ്കയായി. അതിലേ പോയ നഴ്സിനെ മാഷ് വിളിച്ചു. നഴ്സ് കുമാരനെ നോക്കി. സ്ഥിതി മനസ്സിലാക്കി അവർ ഓടിപ്പോയി ഡോക്ടറെ കൂട്ടിക്കൊണ്ടുവന്നു.

ഡോക്ടർ നോക്കി.

ഒരു നിമിഷം. കുമാരന്റെ ശ്വാസം നിലച്ചിരിക്കുന്നതായി ഡോക്ടർ കണ്ടു. അദ്ദേഹം മുഖം താഴ്ത്തി. പിന്നെ മാഷ്ടെ മുഖത്തേക്ക് നോക്കി കണ്ണുകൊണ്ട് സൂചന നൽകി.

കഴിഞ്ഞു!

നിശ്ശബ്ദനായി അദ്ദേഹം തന്റെ മുറിയിലേക്ക് പോയി.

നഴ്സ് മെല്ലെ കുമാരന്റെ കൈപ്പിടിയിൽ ഒതുങ്ങിയ ബാലൂട്ടിയുടെ കൈ വിടർത്തി എടുത്തു. കുമാരന്റെ കണ്ണുകൾ അടച്ചു.

ബാലൂട്ടിക്ക് മനസ്സിലായി.

അച്ഛൻ തന്നെ വിട്ടുപോയിരിക്കുന്നു. തനിക്കിനി അച്ഛന്റെ സ്നേഹമില്ല.

അവനെ മാഷ് തഴുകി.

ദേവുവിനും എല്ലാം മനസ്സിലായി. താൻ പേടിച്ചത് സംഭവിച്ചിരിക്കുന്നു.

അലമുറയിട്ട് അവൾ കുമാരന്റെ ദേഹത്തേക്ക് വീണു.

## ഏഴ്

**കു**മാരന്റെ ജഡം ആശുപത്രിയിൽനിന്നും വീട്ടിലേക്ക് കൊണ്ടുപോകാനുള്ള ഏർപ്പാടുകളൊക്കെ ചെയ്തത് മാഷ്തന്നെയായിരുന്നു. സ്കൂളിലെ ചില മാഷന്മാരും സഹായത്തിന് വന്നു.

ശവം ദഹിപ്പിക്കുന്നതിനെക്കുറിച്ചായിരുന്നു പിന്നെ ചിന്ത. കഴിയുന്നതും വേഗം ദഹിപ്പിക്കണം എന്ന് ഡോക്ടർ പറഞ്ഞിരുന്നു.

പക്ഷേ എവിടെയാണ് കുമാരനെ ദഹിപ്പിക്കുക. ഒരു കുടിലും മുറ്റവുമാണ് കുമാരന് ആകെയുള്ള സ്ഥലം. പുരയ്ക്കു ചുറ്റും ദഹിപ്പിക്കാൻ ഒരിഞ്ചുസ്ഥലംപോലുമില്ല. മുറ്റത്ത് ദഹിപ്പിക്കാമെന്നു വച്ചാൽ അതൊരു വല്ലാത്ത വിഷമസ്ഥിതി ഉളവാക്കും. ഒരു ചിത വീട്ടുമുറ്റത്ത് കിടക്കുക. ആ കാഴ്ച എന്തൊരുതരം മാനസികാവസ്ഥയാണ് ആ വീട്ടുകാരിൽ സൃഷ്ടിക്കുക.

പൊതുശ്മശാനം എന്നൊരു കാര്യത്തെക്കുറിച്ച് അവിടെ കേട്ടുകേൾവി പോലുമില്ല. മിക്കവാറും എല്ലാവർക്കും സ്ഥലം ഉള്ളതുകൊണ്ട് വീട്ടുവളപ്പിൽ തന്നെ ശവം ദഹിപ്പിക്കുകയാണ് ചെയ്യാറ്.

സമയം നീങ്ങുന്നു.

വരാന്തയിൽ കുമാരന്റെ ജഡം ദഹനത്തിനായി കാത്തു കിടക്കുകയാണ്.

പെട്ടെന്നാണ് മാഷുടെ മനസ്സിൽ ഒരാശയം പൊട്ടിമുളച്ചത്.

എന്തുകൊണ്ട് തന്റെ വിശാലമായ പറമ്പിന്റെ ഒരറ്റത്ത് കുമാരന്റെ ജഡം ദഹിപ്പിച്ചുകൂടാ?! പലതരം മരങ്ങളും കുറ്റിച്ചെടികളും വളർന്ന് വെറുതെ കിടക്കുകയാണ് പറമ്പിന്റെ ആ അറ്റം. ഇവിടെ പണ്ട് താമസിച്ചിരുന്നവർ അവിടെയാണ് ശവദാഹം നടത്താറുണ്ടായിരുന്നതെന്ന് തോന്നുന്നു. അവിടവിടെ ചാരത്തിന്റെ നിറവും പൊട്ടിയ കലത്തിന്റെ കഷണങ്ങളും മാഷ് കണ്ടതായി ഓർക്കുന്നു.

തനിക്കോ തന്റെ വീട്ടുകാർക്കോ പ്രത്യേകിച്ച് കുഴപ്പമൊന്നും വരാൻ പോകുന്നില്ല. ശവം ദഹിപ്പിച്ചു കഴിഞ്ഞ് വെണ്ണീറായാൽ അത് കോരിയെടുത്ത് കടലിൽ തള്ളിയാൽ കാര്യം കഴിഞ്ഞു.

പിന്നെ മാഷ് ഒന്നും ചിന്തിച്ചില്ല. ഭാര്യയുടെ സമ്മതവും ചോദിച്ചില്ല. അവൾക്ക് ഇഷ്ടക്കേടുണ്ടെങ്കിൽതന്നെ അത് മാറ്റിയെടുക്കാൻ പുരോഗമനവാദിയായ മാഷ്ക്കറിയാം.

മാഷ്ടെ തീരുമാനം കേട്ടപ്പോൾ അടുത്തുള്ളവർ അതിശയിച്ചു.

ഇതെന്തൊരു മാഷ്! വല്ലാത്ത മാഷ്തന്നെ! അതൊന്നും ശ്രദ്ധിക്കാൻ മാഷ് തുനിഞ്ഞില്ല. അതിനദ്ദേഹത്തിന് നേരവുമുണ്ടായിരുന്നില്ല.

പിന്നെ കാര്യങ്ങൾ എടുപിടീന്നായി. വിറക് കൊണ്ടു വന്നു. സ്ഥലം ഒരുക്കി. ബാക്കി ദഹനസാമഗ്രികൾ എത്തി.

സ്കൂളിൽനിന്നും മാഷന്മാരും പിള്ളേരും കുമാരന്റെ ദേഹത്ത് പുഷ്പങ്ങൾ അർപ്പിച്ചു. അവർ ബാലൂട്ടിയുടെ അരികിൽ എത്തി അവനെ ആശ്വസിപ്പിച്ചു.

മാഷ് ഇങ്ങനെയൊക്കെ ചെയ്യുന്നതിൽ കൂടെ വന്ന ചില അദ്ധ്യാപകർക്ക് എതിർപ്പുണ്ടായിരുന്നു. ഇങ്ങനെയൊക്കെ ചെയ്യണോ? ഒരു ഹെഡ്മാഷ് ആ സ്കൂളിലെ ഒരു വിദ്യാർത്ഥിയുടെ അച്ഛന്റെ ശവം സ്വന്തം പറമ്പിൽ ദഹിപ്പിക്കുക! അതിനുമാത്രം ആരാ ഈ മരിച്ച മനുഷ്യൻ?

ചിലർ മാഷിനെ അഭിനന്ദിക്കാനും മറന്നില്ല.

സമയമായപ്പോൾ ദഹനക്രിയകൾ നടന്നു.

ബാലൂട്ടി അച്ഛന്റെ ചിതയ്ക്ക് തീ കൊളുത്തി. നിമിഷങ്ങൾകൊണ്ട് അഗ്നി ആളിക്കത്തി.

## എട്ട്

**കു**മാരന്റെ മരണത്തിൽ മാഷ്ക്ക് വല്ലാത്ത ദുഃഖം തോന്നിയിരുന്നു.

വന്ന അന്നുമുതൽ ആദ്യം പരിചയപ്പെട്ടത് കുമാരനെ ആയിരുന്നു. എന്തിനും ഏതിനും തന്നെ സഹായിക്കാൻ അയാൾ ആത്മാർത്ഥത കാട്ടിയിരുന്നു. ബാക്കി ചില ജോലിക്കാരെപ്പോലെ മടിയനും ആർത്തിയുള്ളവനുമായിരുന്നില്ല അയാൾ. ഇക്കാലത്ത് ഇത്തരമൊരു ജോലിക്കാരനെ കിട്ടുക പ്രയാസം. ദേവുവാണെങ്കിൽ വീട്ടുജോലിക്ക് മാഷ്ടെ ശ്രീമതിക്ക് ഒരു കൂട്ടുമായി.

അല്ലലില്ലാത്ത തല്ലും തെറിയുമില്ലാത്ത ഒരു അയൽപക്കം! അതു തന്നെ ഒരു ഭാഗ്യമല്ലേ? അവിടെ ഒരാപത്ത് സംഭവിച്ചതിൽ മാഷ്ക്ക് ദുഃഖം തോന്നാതിരിക്കുമോ.

പക്ഷേ ആ ആപത്ത് വെറുതെ സംഭവിച്ചതല്ല. അതിനൊരു ഹേതു ഉണ്ടെന്നല്ലേ ഡോക്ടർ പറഞ്ഞത്. അതെന്താണെന്നറിയണം. എങ്ങനെ സംഭവിച്ചു എന്നറിയണം.

ഏതോ ഒരു ഹിപ്പറ്റൈറ്റിസ് രോഗി ഉപയോഗിച്ച സിറിഞ്ചുമൂലമായിരിക്കും കുമാരന് രോഗം വന്നതെന്നല്ലേ. ആ സിറിഞ്ച് എങ്ങനെ കുമാരനിൽ രോഗം പടർത്തി.

സമയം ഒത്തുവന്നപ്പോൾ മാഷ് ബാലൂട്ടിയോട് ചോദിച്ചു.

"ബാലൂ, അച്ഛന് ഈയിടെയായി വല്ല അസുഖത്തിനും ഇഞ്ചക്ഷൻ എടുത്തിരുന്നോ ഈ അസുഖം വരുന്നതിന് മുൻപ്?"

"ഇല്ല മാഷേ"

"അമ്മയ്ക്ക് വല്ല ഓർമ്മയുമുണ്ടോന്ന് ചോയ്ച്ചേ"

"ഏയ് ഇല്ല മാഷെ"

അകത്തിരുന്ന ദേവു പറഞ്ഞു.

“പിന്നെ എങ്ങനെയാ കുമാരന് ഈ അസുഖം വന്നത്. അച്ഛന് വന്ന അസുഖം എന്താണെന്ന് അറിയ്യോ നിനക്ക്. ഹിപ്പറ്റൈറ്റിസ് ബി. മഞ്ഞപ്പിത്തത്തിൽ ഏറ്റവും മാരകമായത്. ഈ അസുഖം പകരുന്നത് ഇതേ അസുഖം ഉള്ള ഒരുത്തനിൽനിന്നും രക്തം സ്വീകരിക്കുമ്പോഴോ, അയാളിൽ ഉപയോഗിച്ച സൂചി ഉപയോഗിക്കുമ്പോഴോ, ആണ്. അല്ലാതെ വരാൻ യാതൊരു സാധ്യതയുമില്ല. ഇത്തരം ഒരു സൂചി അബദ്ധത്തിൽ ശരീരത്തിൽ കുത്തിക്കയറിയാലും വരും. അങ്ങനെ വല്ലതും നടന്നിട്ടുണ്ടോ. ആക്രി വാങ്ങുന്നതിനിടയ്ക്ക് അങ്ങനെ ഉപയോഗിച്ച സിറിഞ്ചുകൾ കിട്ടിയതായി ബാലൂട്ടിക്ക് ഓർമ്മയുണ്ടോ?”

ഓർമ്മയുണ്ട്. പക്ഷേ അതെങ്ങനെയാണ് മാഷോട് പറയുക. തങ്ങൾ മാത്രം ചെയ്യുന്ന ഒരു രഹസ്യപ്പണിയല്ലേ അത്.

മാഷ് ബാലൂട്ടിയെ തന്നെ നോക്കി നിൽക്കുകയാണ്.

ബാലൂട്ടിക്ക് പിന്നെ വെറുതെ നിൽക്കാനായില്ല.

“അച്ഛൻ ഒരാൾ കൊണ്ടുവന്നിരുന്ന സിറിഞ്ചുകൾ കഴുകി കൊടുക്കാറുണ്ട് മാഷേ. കഴുകുന്നതിൽ ഞങ്ങളെല്ലാവരും കൂടും. ഞങ്ങക്കതിന് നല്ല കാശും കിട്ടും.”

മാഷ് ഞെട്ടലോടെയാണ് ആ വാക്കുകൾ കേട്ടത്.

“ആരാ ആ സിറിഞ്ചുകൾ കൊണ്ടുവരുന്നത്”

“ഒരു ബാസ്റ്റ്യനങ്കിൾ”

“നിനക്കറിയുമോ അയാളെ?”

“അറിയാം. അച്ഛനസുഖം വന്നു കിടന്നപ്പോൾ ഒരു ദിവസം അയാൾ കൊണ്ടുവന്ന സിറിഞ്ചുകൾ ഞാനാ കഴുകി കൊടുത്തത്.”

“ഓഹോ! അതാണോ അന്ന് നിന്റെ കയ്യിൽ കണ്ട കാശ്.”

എല്ലാം മനസ്സിലാക്കുകയായിരുന്നു മാഷ്. ഇവർ ചെയ്തിരുന്ന ആപത്കരമായ പ്രവൃത്തിയെക്കുറിച്ചും അതിന്റെ പ്രത്യാഘാതങ്ങളെക്കുറിച്ചും ഇവർക്കറിയില്ല. അറിയാവുന്നവർ ഇവർക്ക് നാലു ചില്ലിക്കാശ് ഇട്ടെറിഞ്ഞ് ചെയ്യിക്കുകയാണ്.

“ആട്ടെ കുമാരൻ ആ സിറിഞ്ചുകൾ കഴുകുമ്പോൾ ദേഹത്തോ കയ്യിലോ കുത്തിക്കയറിയിട്ടുണ്ടോ?”

"ഓ. എത്രയോ പ്രാവശ്യം. അപ്പോഴൊക്കെ അച്ഛൻ തുപ്പല് തേക്കും. അല്ലെങ്കി ചുവന്നുള്ളി തേക്കും. വിരല് വെച്ച് ഈമ്പുന്നതും കണ്ടിട്ടുണ്ട്. പക്ഷേ ഇന്നാള് ഇത്തിരി കൂടുതലായിരുന്നു. വിരലിൽ സൂചി കുത്തിക്കയറി എത്രയാ ചോര പോയതെന്നോ. അമ്മ പിന്നെ പഞ്ചസാരയും കാപ്പിപ്പൊടിയും പൊത്തിപ്പിടിച്ചാ ചോര നിന്നത്."

"അതെന്നായിരുന്നു എന്നോർമ്മയുണ്ടോ?"

ബാലൂട്ടി ഓർത്തിട്ടു പറഞ്ഞു.

"ഓ. ഈ അസുഖം വരുന്നതിന് മുൻപാ മാഷേ"

"ങേ! അപ്പോൾ അതുതന്നെ. മാഷ്ക്ക് തീർച്ചയായി. അന്നത്തെ ആ സിറിഞ്ചിൽനിന്നായിരിക്കും അസുഖത്തിന്റെ അണുക്കൾ കുമാരന്റെ രക്തത്തിൽ കലർന്നത്. ഏതെങ്കിലും ഹിപ്പറ്റെറ്റിസ് രോഗിയെ ഇഞ്ചക്ട് ചെയ്ത സിറിഞ്ചായിരിക്കും അത്."

ഉപയോഗം കഴിഞ്ഞ് കളയേണ്ടുന്ന സിറിഞ്ചുകൾ വീണ്ടും കഴുകി മരുന്നുകടകളിലും മറ്റും എത്തിക്കുന്ന സാമൂഹ്യദ്രോഹികൾ ഉണ്ടെന്ന് പത്രത്തിൽ കണ്ടത് ശരിയായിരിക്കുന്നു.

എന്തൊരു കിരാത പ്രവൃത്തിയാണ് ഇവരീ ചെയ്യുന്നത്.

പണ്ടത്തെ ഗ്ലാസ് സിറിഞ്ചുകൾ വീണ്ടും വീണ്ടും ഉപയോഗിക്കുന്നതിലുള്ള അസൗകര്യം കണ്ടാണ് ഒരൊറ്റ ഉപയോഗം കഴിഞ്ഞ് കളയാവുന്ന സിറിഞ്ചുകൾ കണ്ടുപിടിച്ചത്. അതുമൂലം ഒരാളിൽ നിന്നും വേറൊരാളിലേക്ക് രോഗം പകരാനുള്ള സാധ്യതതന്നെ ഇല്ലാതാവുന്നു. മനുഷ്യരാശിക്കുവേണ്ടി നല്ല മനസ്സുകൾ ചെയ്ത ഒരു കണ്ടുപിടിത്തം മനുഷ്യദ്രോഹത്തിന് ഉപയോഗിക്കുന്നു എന്നുള്ള സത്യം മറ്റു പലതിലും എന്നപോലെ ഇവിടെയും വ്യക്തമാവുകയാണ്.

സിറിഞ്ചുകൾ ഉപയോഗം കഴിഞ്ഞാൽ അതിന്റെ സൂചിഭാഗം നശിപ്പിച്ചുകളയണം. അതിനുള്ള യന്ത്രങ്ങൾ (Incinerator) ആശുപത്രികളിൽ സ്ഥാപിക്കണം എന്ന് സർക്കാർ നിർദ്ദേശമുണ്ട്. പണച്ചെലവുള്ളതുകൊണ്ട് ചെറിയ ആശുപത്രികളിൽ ഈ നിർദ്ദേശങ്ങൾ കണക്കിലെടുക്കാറില്ല. ചെയ്യുന്നുണ്ടോ എന്ന് ആരും പരിശോധിക്കുന്നുമില്ല. ഇത്തരം ആശുപത്രികളിൽ സിറിഞ്ചുകൾ

കൂട്ടിയിടുകയാണ് പതിവ്. സാമൂഹ്യദ്രോഹികൾ ഈ കൂട്ടിയിടുന്ന സിറിഞ്ചുകൾ കഴുകി വീണ്ടും ഫാർമസികളിൽ എത്തിക്കുന്നു. കുറച്ച് വിലക്കുറവുള്ളതുകൊണ്ട് ഫാർമസിക്കാരും കണ്ണടയ്ക്കുന്നു. രോഗം പകർന്നാൽ അവർക്കെന്ത്?

ഇതിന്റെയൊക്കെ ഭാഗഭാക്കുകളാവുന്നത് ഇത്തരം പാവങ്ങളും.

ബാലൂട്ടിയെങ്കിലും ഇതൊക്കെ അറിയണം.

സിറിഞ്ചിന്റെയും ഡിസ്പോസിബിൾ സിറിഞ്ചിന്റേയും ഉപയോഗവും അവ ആപത്കരമാവുന്ന സാഹചര്യവും ചുരുക്കത്തിൽ പറഞ്ഞ് മാഷ് ബാലൂട്ടിയെ മനസ്സിലാക്കിച്ചു.

വിവരമെല്ലാമറിഞ്ഞ ബാലൂട്ടി തരിച്ചിരുന്നുപോയി. അപ്പോൾ ബാസ്റ്റ്യൻ കാരണമാണ് തന്റെ അച്ഛൻ കൊല്ലപ്പെട്ടത്. ഈ സിറിഞ്ചുകളിൽകൂടി വരാവുന്ന ആപത്തുകൾ അറിയാതെ അച്ഛൻ ബാസ്റ്റ്യൻ പറഞ്ഞതൊക്കെ ചെയ്തു. ഇതൊക്കെ അറിയാവുന്ന ബാസ്റ്റ്യൻ തന്റെ അച്ഛനെ അപായപ്പെടുത്തുകയായിരുന്നു.

അവന്റെ ചോര തിളയ്ക്കുകയായിരുന്നു. അയാളിനി വരട്ടെ. താൻ കാണിച്ചുകൊടുക്കുന്നുണ്ട്. അതറിഞ്ഞ മാഷ് പറഞ്ഞു.

“ഇനി നീ ബാസ്റ്റ്യന്റെ കയ്യിൽനിന്നും സിറിഞ്ചുകൾ വാങ്ങരുത്. ഇനി അയാൾ എന്നാ വരുന്നത്”

“നാളെ വരുമായിരിക്കും”

“ശരി. എല്ലാം മനസ്സിലിരിക്കട്ടെ. അയാൾ വന്നാൽ എന്നെ അറിയിക്കണം. നമുക്കയാളെ പോലീസിൽ ഏല്പിക്കണം”

“ശരി മാഷേ”

ബാലൂട്ടി ബാസ്റ്റ്യനെ കാത്തിരുന്നു.

# ഒമ്പത്

**അ**ടുത്ത ദിവസംതന്നെ ബാസ്റ്റ്യൻ സാധാരണ വരുന്നതുപോലെ സിറിഞ്ചുമായി വന്നു. ബാലൂട്ടിയെ കണ്ട് വളരെ സന്തോഷത്തോടെയാണ് ബാസ്റ്റ്യൻ പറഞ്ഞത്.

"എടാ മോനേ. എത്രയാ നിനക്കിത്തവണ കാശ് കിട്ടാൻ പോകുന്നതെന്നറിയ്യോ?"

ബാലൂട്ടിയുടെ മുഖത്ത് പ്രസാദം ഇല്ലാത്തതു കണ്ട ബാസ്റ്റ്യൻ ചോദിച്ചു.

"എന്താടാ? നെനക്കെന്താ ഒരു സന്തോഷമില്ലാത്തത്. നിന്റച്ഛന് കൊറവൊണ്ടോ?"

അച്ഛന്റെ അസുഖം ഭേദമാവാഞ്ഞിട്ടാണോ ഇവൻ മ്ലാനനായിരിക്കുന്നതെന്ന് ബാസ്റ്റ്യന് തോന്നി.

അപ്പോൾ അച്ഛന് സംഭവിച്ചതൊന്നും ഇയാളറിഞ്ഞില്ലെന്നാണോ? ദുഷ്ടൻ!

ബാലൂട്ടി മനസ്സിൽ പറഞ്ഞു.

"അച്ഛനോ?! അച്ഛനെ നിങ്ങൾ കൊന്നുകളഞ്ഞില്ലേ?"

"ഛേ! എന്താടാ നീ പറയുന്നെ. നെന്റെ അച്ഛനെ ഞാൻ കൊന്നെന്നോ. അനാവശ്യം പറയുന്നോ. എന്തെടാ?"

"അതേ. അച്ഛനസുഖമെന്തായിരുന്നു എന്നറിയ്യോ ഇയാക്ക്. ഇയാൾ കൊണ്ടുവന്ന സൂചി കഴുകുമ്പോൾ കിട്ടിയതാ ആ മഹാരോഗം. അങ്ങനെയാ എന്റച്ഛൻ ഞങ്ങളെ വിട്ടുപോയത്. ഇയാളെ ഞാൻ...."

ബാലൂട്ടി ദേഷ്യംകൊണ്ട് തുള്ളി.

ബാസ്റ്റ്യൻ കൊണ്ടുവന്ന രണ്ടു സഞ്ചികളും അവൻ പിടിച്ചെടുത്ത് അയാളുടെ ദേഹത്തേക്ക് വലിച്ചെറിഞ്ഞു. ഷർട്ടിന്മേൽ പിടിച്ച് കുലുക്കി ആഞ്ഞടിച്ചു.

പെട്ടെന്നുള്ള ആക്രമണം. ആകെ അന്ധാളിച്ചുപോയ ബാസ്റ്റ്യൻ ഒരു നിമിഷം സ്തബ്ധനായി നിന്നുപോയി.

എന്തായീ ചെക്കൻ കാണിച്ചെ. തന്നെ തല്ലുകയോ?

അയാൾ ക്രുദ്ധനായി.

"എടാ കഴുവേറീ. നീ എന്നെ തല്ലും അല്ല്യോ. നെന്നെ ഇന്നു ഞാൻ....."

അയാൾ ബാലൂട്ടിയെ കൂട്ടിപ്പിടിച്ച് ആഞ്ഞൊരു തള്ളു തള്ളി.

ബാലൂട്ടി മലർന്നടിച്ചുവീണു.

ബാലൂട്ടിയുടെ അമ്മയും അനിയത്തിയും ഓടിവന്നു. മകനെ എഴുന്നേൽപ്പിച്ചു. അവർ വലിയ വായിലേ നിലവിളി തുടങ്ങി.

"എന്റെ മോനെ കൊല്ലുന്നേ. ഓടി വായോ?"

ബാസ്റ്റ്യൻ അതുകേട്ടിട്ടും കുലുക്കമില്ലാതെ അവിടെ നിന്നതേയുള്ളൂ.

ബാലൂട്ടിയുടെ ശരീരം മുറിഞ്ഞു.

പക്ഷേ അവന്റെ ക്രോധം അടങ്ങിയില്ല. അവൻ താഴെ കിടന്ന ഒരു കല്ലെടുത്ത് ബാസ്റ്റ്യന്റെ നേരെ എറിഞ്ഞു. ബാസ്റ്റ്യൻ ഒഴിഞ്ഞു മാറി. അപ്പോഴേക്കും ബഹളം കേട്ട് ചില വഴിപോക്കരും മാഷും ഭാര്യയും അവിടെയെത്തി.

"എന്താ? എന്താ?"

വന്നവർ തമ്മിൽ തമ്മിൽ ചോദിച്ചു. "ആ. എന്താന്നറിയില്ല. ദേ ഈ മനുഷ്യൻ വന്ന് ചെക്കനെ തള്ളുന്നതും അവൻ കല്ലെടുത്തെറിയുന്നതും കണ്ടു."

മാഷ് പരിതഃസ്ഥിതി ആകെ ഒന്ന് നോക്കി – മനസ്സിലാക്കി. വന്നവൻ ബാസ്റ്റ്യനാണെന്ന് അദ്ദേഹത്തിന് തീർച്ചയായി.

പക്ഷേ താൻ ബാലൂട്ടിയോട് പറഞ്ഞിരുന്നത് ഇയാൾ വന്നാൽ തന്നെ അറിയിക്കണമെന്നായിരുന്നു. പകരം അവൻ തല്ലു കൂടിയിരിക്കുന്നു.

ങാ! പറഞ്ഞിട്ട് കാര്യമില്ല. അച്ഛനെ കൊലയ്ക്കു കൊടുത്തവനെ കണ്ടാൽ അവന് രോഷം വരാതിരിക്കുമോ?

"ഇയാളെന്തിനാടോ ചെക്കനെ തള്ളിയിട്ടത്?"

“തള്ളിയതോ? അപ്പൊ അവൻ എന്നെ തല്ലിയത് നിങ്ങൾ കണ്ടില്ലേ? കല്ലു വലിച്ചെറിഞ്ഞതും കണ്ടില്ലേ?”

“ഇനിയും എറിയും ഞാൻ.....” ക്രുദ്ധനായി ബാലൂട്ടി പറഞ്ഞു.

“കണ്ടോ. ഇപ്പം എങ്ങനിരിക്കുന്നു.”

മാഷ് ബാലൂട്ടിയോട് കാര്യം ചോദിച്ചു. “എന്താ കാര്യം ബാലൂ. പറ. നീ ഇയാളെ തല്ലിയോ. നിന്നെ എന്തിനാ ഇയാൾ തള്ളിയിട്ടത്?”

മാഷ്ക്ക് കാര്യം അറിയാം. എന്നാലും നാട്ടുകാരുംകൂടി കാര്യം അറിയണമല്ലോ.

ബാസ്റ്റ്യൻ മിണ്ടാതെ നിൽക്കുകയാണ്. പിന്നെ അയാൾ എന്തോ ആപത്ത് മണത്തറിഞ്ഞ് മെല്ലെ സ്ഥലംവിടാനൊരുങ്ങി.

അതു കണ്ട് ഒരുത്തൻ പറഞ്ഞു.

“നില്ല്, നില്ല്. അങ്ങനങ്ങ് പോകാൻ വരട്ടെ. ഞങ്ങടെ സ്ഥലത്ത് വന്നിട്ട് ഞങ്ങടെ ചെക്കനെ തല്ലിയിട്ട് അങ്ങനെയങ്ങ് പോയാലോ?”

ബാസ്റ്റ്യന് തോന്നി താൻ കുടുങ്ങിയെന്ന്.

അന്നേരം ബാലൂട്ടി എല്ലാവരും കേൾക്കേ പറഞ്ഞു. “ഇയാള് കാരണാ എന്റെ അച്ഛൻ മരിച്ചത്.”

“ഇയാള് കാരണോ? അതെന്താ അങ്ങനെ?”

ബാലൂട്ടി കാര്യങ്ങൾ ഒന്നൊഴിയാതെ പറഞ്ഞു. അച്ഛന്റെ മരണം പറഞ്ഞപ്പോൾ അവൻ കരഞ്ഞുപോയി.

മാഷ് അവനെ സമാധാനിപ്പിച്ചു.

അന്നേരം അവിടെ വന്നവരിൽ ഒരുത്തന് സംശയം. “ഇങ്ങനെ യൊക്കെ നടക്കുന്നുണ്ടോ മാഷേ?”

മാഷ് ഉറപ്പിച്ചു പറഞ്ഞു.

“പിന്നെയെന്താ നടക്കാത്തെ. ഡോക്ടർതന്നെയാ ഇങ്ങനെ നട ക്കാറുണ്ടെന്ന് പറഞ്ഞത്.”

അതുംകൂടി കേട്ടപ്പോൾ പിന്നെ ആളുകളുടെ ദേഷ്യം മുഴുവനും ബാസ്റ്റ്യനോടായി.

ഒരാൾ അയാൾക്കിട്ടുകൊടുത്തു ഒരെണ്ണം.

“ഇവനെ പോലീസിലേല്പിക്കുന്നതാ നല്ലത്. ബാക്കി കാര്യം അവർ നോക്കിക്കോളും.”

“ഓ. പോലീസ്. ഇതിന്റെ പിന്നിൽ വലിയ വേന്ദ്രന്മാരായിരിക്കുമെന്നേ. ഇവരൊക്കെ വെറും കൂലിക്കാർ. ആ വലിയവർ രക്ഷപ്പെടും. എന്നാലും ഇനി ഇവൻ ഇത്തരം പണിക്ക് പോവരുത്”

അയാളും ബാസ്റ്റ്യനെ അടിക്കാനൊരുങ്ങിയപ്പോൾ മാഷ് തടഞ്ഞു.

“വേണ്ട. നമ്മൾ ഇയാളെ കൈകാര്യം ചെയ്യേണ്ട. എന്നാലും കാര്യങ്ങൾ ഇവനിൽനിന്നും അറിയണം. പറയെടോ ആരാ ഇതിന്റെ പിന്നിൽ?”

നിവൃത്തിയില്ലാതെ അയാൾ പറഞ്ഞു. പട്ടണത്തിലെ ഒരാശുപത്രി ജീവനക്കാരനാണയാൾ. ഉപയോഗിച്ചു കഴിഞ്ഞ സിറിഞ്ചുകൾ കഴുകി കൊടുത്താൽ നല്ല പ്രതിഫലം തരാമെന്ന് ഒരു സംഘം വന്നു പറഞ്ഞപ്പോൾ ആ പ്രലോഭനത്തിൽ വീണുപോയതാണ്. അയാൾ മാത്രമല്ല ഈ സംഘത്തിലുള്ളത്. പല ആശുപത്രികളിൽനിന്നും സിറിഞ്ചുകൾ സംഘത്തിന് കിട്ടുമായിരുന്നു. സിറിഞ്ചുകൾ കഴുകുന്നത് മെനക്കേടായതുകൊണ്ട് കുമാരനെ ഏല്പിച്ചതാണ്. പക്ഷേ ഇങ്ങനെ ഒരാപത്ത് വരുമെന്ന് വിചാരിച്ചില്ല.

ബാസ്റ്റ്യന്റെ വിവരണം കേട്ടപ്പോൾ കണ്ണുമിഴിച്ചിരുന്നുപോയി. ഏതായാലും ഇങ്ങനെയുള്ള ഒരു ദുഷ്ടനെ പിടിച്ചതിൽ മാഷ്ക്കും നാട്ടുകാർക്കും ബാലൂട്ടിയോട് വല്ലാത്ത മതിപ്പ് തോന്നി.

ഇങ്ങനെ ഒരു ധൈര്യം ഇവന്റെ ഉള്ളിൽ ഉണ്ടായിരുന്നോ? അവന്റെ അച്ഛന് നേരിട്ട ദുരന്തമാണ് അവനെക്കൊണ്ട് ഇതൊക്കെ ചെയ്യിച്ചതെന്ന് മാഷ്ക്ക് തോന്നി.

പ്രതികരിക്കാനുള്ള ഒരു മനസ്സ് ബാലൂട്ടിക്കുണ്ട്. അത് നല്ലതുതന്നെ. പക്ഷേ അത് അക്രമത്തിലേക്ക് കടക്കരുത്.

സമയമാവുമ്പോൾ അത് അവനെ ബോധ്യപ്പെടുത്തണം. മാഷ് മനസ്സിലുറപ്പിച്ചു.

# പത്ത്

**പി**റ്റേന്നുതന്നെ സ്കൂളിൽ ബാലൂട്ടിയെക്കുറിച്ച് വാർത്ത പരന്നു.

അവന്റെ അച്ഛന്റെ മരണത്തെക്കുറിച്ചും അതെങ്ങനെയാണ് സംഭവിച്ചത് എന്നതിനേക്കുറിച്ചും വിശദമായി ചർച്ച നടന്നു.

കണ്ണാടി സിറിഞ്ചിനെക്കുറിച്ചും ആധുനിക കാലത്ത് അതിന്റെ അസൗകര്യങ്ങൾ കണ്ടറിഞ്ഞ് അത് മറികടക്കാനായി കണ്ടുപിടിച്ച ഡിസ്പോസിബിൾ സിറിഞ്ചിനെക്കുറിച്ചും പ്രധാന അദ്ധ്യാപകൻ അസംബ്ളിയിൽ പറഞ്ഞു. ഈ ഡിസ്പോസിബിൾ സിറിഞ്ചുകൾ വീണ്ടും ഉപയോഗിച്ചാലുണ്ടാകാവുന്ന ആപത്തുകൾ അദ്ദേഹം നിരത്തി. രണ്ടുതരം സിറിഞ്ചുകളും പ്രദർശിപ്പിക്കുകയും ചെയ്തു.

കുട്ടികൾ ഇത്തരം പ്രവൃത്തികളെക്കുറിച്ച് അറിയണമെന്നും അല്ലെങ്കിൽ കുമാരന് സംഭവിച്ചതുപോലെ ഇനിയും പലർക്കും ഇത് സംഭവിക്കാൻ ഇടയാവുമെന്നും ഹെഡ്മാസ്റ്റർ പറഞ്ഞപ്പോൾ വിദ്യാർത്ഥികൾക്ക് പുതിയ അറിവുകൾ കിട്ടുകയായിരുന്നു.

ബാസ്റ്റ്യന്റെ വെളിപ്പെടുത്തലുകൾ അനുസരിച്ച് പോലീസ് അയാളേയും കൊണ്ട് ബാലൂട്ടിയുടെ സ്കൂളിലെത്തി. അവൻ കാരണമാണല്ലോ ഇതിനൊരു തുമ്പുണ്ടായത്.

ഹെഡ്മാസ്റ്ററുടെ അനുവാദത്തോടെ ബാലൂട്ടിയേയുംകൊണ്ട് പോലീസ് അധികാരികൾ അന്വേഷണത്തിനിറങ്ങി. ബാസ്റ്റ്യൻ അവർക്ക് വഴി കാണിച്ചു കൊടുത്തു. പോലീസ് ജീപ്പ് നിഗൂഢമായ ആ കെട്ടിടത്തിന്റെ മുന്നിലെത്തി. അവിടെ അനക്കമൊന്നും കണ്ടില്ല. പോലീസുകാർ കെട്ടിടം തള്ളിത്തുറന്നു. അകത്തും ആളനക്കമൊന്നും കണ്ടില്ല.

പോലീസുകാർ ബാസ്റ്റ്യനെ രൂക്ഷമായി നോക്കി. ഇവൻ തങ്ങളെ കബളിപ്പിക്കുകയാണോ?

“ഇല്ല ഏമാനേ. ഇവിടെതന്നെയായിരുന്നു അവരുടെ വാസം. അല്ലെങ്കി എവനോട് ചോദിച്ചേരെ.”

ബാലൂട്ടിയോട് പോലീസ് ആരാഞ്ഞു.

“ആണോടാ?”

അവൻ തല കുലുക്കി.

“എന്നിട്ടെവിടെടാ അവര്. അവരുടെ പൂടപോലുമില്ലല്ലോ ഇവിടെ.”

“നീ അവരോട് പറഞ്ഞായിരിക്കും അല്ല്യോ”

“ഇല്ല സർ”

“അപ്പോൾ അവരെ അറിയിച്ചത് നിന്റെ സംഘത്തിലുള്ളവരായിരിക്കും. ആരാടാ അവര്? സത്യം പറഞ്ഞോ”

ഭീഷണി കേട്ടപ്പോൾ ബാസ്റ്റ്യൻ സംഘത്തിലുള്ളവരുടെ പേരുകൾ പറഞ്ഞുപോയി.

“അദ് ശെരി. അപ്പൊ അവരിലാരെങ്കിലുമാരിക്കും വാർത്ത ചോർത്തിക്കൊടുത്തത്.”

ഇതൊരു വലിയ സംഘംതന്നെയാണെന്ന് പോലീസിന് ബോധ്യമായി. ഇവരൊക്കെ സംഘത്തിലെ അവസാന കണ്ണികളായിരിക്കും. ഇവരിലൂടെ വേണം ശൃംഖലയുടെ അങ്ങേ അറ്റം എത്താൻ.

ബാസ്റ്റ്യന്റെ സഹകാരികളെ പിടിക്കാൻ പോലീസ് ജീപ്പ് പാഞ്ഞു. അവരെ പിടിക്കുകയും ചെയ്തു.

സഹകാരികൾ അങ്ങനെയൊന്നും ആദ്യം വിട്ടു പറഞ്ഞില്ല. പക്ഷേ പോലീസിന്റെ തനിരൂപം കണ്ടപ്പോൾ കേസിന്റെ പിന്നിലെ വ്യക്തിയെ അവർക്ക് പറയേണ്ടിവന്നു.

സ്ഥലത്തെ വലിയ ഒരു മുതലാളിയാണ് ഇതിന്റെ പിന്നിലെന്നറിഞ്ഞ് പോലീസ് അധികാരികൾ ഞെട്ടി. ഒരു അറുപിശുക്കൻ. പക്ഷേ പോലീസിന് വേണ്ടപ്പെട്ടവൻ. പോലീസിന്റെ ഉയരങ്ങളിൽ വരെ പിടിയുള്ളവൻ.

ഇയാൾക്കെന്തിനാ ഈ നക്കാപിച്ച. അതാണ് പോലീസിന് അത്ഭുതം. ഇല്ലാത്ത ബിസിനസില്ല ഈ മനുഷ്യന്. എന്നിട്ടും ഇതിനുവേണ്ടി പുറപ്പെട്ടില്ലേ ഇയാൾ!

സ്ഥലത്തെ പ്രധാനിയാണ് ഈ കൃത്യത്തിന് പിന്നിലെന്നറിഞ്ഞതുമുതൽ പോലീസിന്റെ ഉത്സാഹം കുറഞ്ഞു.

നമുക്കിയാളെ എന്തുചെയ്യാൻ!

ബാസ്റ്റ്യനേയും സഹകാരികളേയും കർശനമായ താക്കീത് നൽകി ഇൻസ്പെക്ടർ പറഞ്ഞുവിട്ടു. വിളിച്ചാൽ വരണമെന്ന് ഭീഷണിയും.

എങ്ങനേയും രക്ഷപ്പെട്ടല്ലോ എന്ന ആശ്വാസത്തിൽ ബാസ്റ്റ്യനും കൂട്ടരും സ്ഥലംവിട്ടു. പക്ഷേ ഭയം അവരുടെ ഉള്ളിൽ കിടന്നു. പോലീസ് ചെന്ന് മുതലാളിയെ അറിയിക്കും. തങ്ങളാണ് പറഞ്ഞു കൊടുത്തതെന്ന് അറിഞ്ഞാൽ പിന്നെ തങ്ങളെ അയാൾ വെറുതെ വിടുമോ?

എല്ലാം ആ ചെക്കൻ കാരണമാണ്. അവനെ ഒന്ന് കാണണം.

ബാസ്റ്റ്യനും ഒരുത്തനും കൂടി നേരെ പോയത് ബാലൂട്ടിയുടെ വീട്ടിലേക്ക്.

അവരെ കണ്ടപ്പോൾതന്നെ ദേവുവിന്റെ ജീവനങ്ങുപോയി. ഇവര് തങ്ങളെ ഉപദ്രവിക്കാനാണ് വന്നിരിക്കുന്നതെന്ന് അവർക്ക് മനസ്സിലായി.

"എവിടെടി നെന്റെ സന്തതി. അവൻ കാരണാ ഞങ്ങളെ പോലീസ് പിടിച്ചത്. പട്ടിണി കിടക്കുന്നല്ലോ. നാല് കാശ് കിട്ടട്ടെ എന്നു വിചാരിച്ച് ഒരു സഹായം ചെയ്തപ്പോൾ ഞങ്ങളെ പോലീസിനെക്കൊണ്ട് പിടിപ്പിക്കും. അല്ല്യോ? വിളിക്കെടീ അവനെ!"

വിറച്ച് വിറച്ച് ദേവു പറഞ്ഞു. "അവനിവിടില്ല. വണ്ടിയുമായി പോയിരിക്ക്യാ"

"ഓഹോ. ആ പണി അവൻ നിർത്തിയിട്ടില്ല അല്ല്യോ? ശരി ഇന്നത്തെക്കൊണ്ട് ആ പണി ഞങ്ങൾ നിർത്തിയേക്കാം"

"അയ്യോ ചേട്ടന്മാരേ. അവനെ ഒന്നും ചെയ്യരുതേ. ഞങ്ങൾ പാവങ്ങളാ. മൂന്നു ദിവസമായി ഞങ്ങളിവിടെ പട്ടിണിയാ. എന്തേലും കാശ് കിട്ടുമോന്ന് നോക്കാൻ പോയതാ"

"ഓ പട്ടിണിയോ? നന്നായി. നന്നാവാനുള്ള വഴി പറഞ്ഞുകൊടുത്തിട്ട് ഞങ്ങളെ കുടുക്കിലാക്കിയില്ലേ. അവനെ ഞങ്ങൾ.....അല്ലാ! നെന്റെ മറ്റോൻ എവിടെടി. ആ മാഷ്"

"അയ്യോ. ചേട്ടന്മാരേ. ആ മാഷെ ഒന്നും പറയരുതേ..."

"ഓ. മാഷെ പറഞ്ഞപ്പം അവൾക്ക് നൊന്തു. അയാക്കെന്താടീ ഇവടെ കാര്യം. നെനക്കിപ്പം അയാളാണോ ചെലവിന് തരുന്നത്?"

"വേണ്ട. വേണ്ട. ദെയ്‌വദോഷം പറയരുതേ."

"എന്നാ പിന്നെ അയാളോട് പറ. മര്യാദയ്ക്ക് അവനോന്റെ കാര്യം നോക്കി കഴിയാൻ. സ്കൂളിൽ പഠിപ്പിച്ചാ മതി. ഞങ്ങളെ പഠിപ്പിക്കേണ്ട......ഞങ്ങള് പോവ്വാ. വന്നിരുന്നൂന്ന് സന്തതിയോട് പറ."

അവരിറങ്ങി.

ഇനി എന്തൊക്കെയാണാവോ ഇവര് ചെയ്യാൻ പോണത്, എന്നുള്ള ഖിന്നതയോടെ ദേവു മകന്റെ വരവും കാത്ത് വരാന്തയിൽ ഇരുന്നു.

പറഞ്ഞതുപോലെ തന്നെ നടന്നു.

വഴിക്കു വെച്ച് ബാസ്റ്റ്യനും സഹചാരിയും ബാലൂട്ടിയെ കണ്ടുവെന്നും അവന്റെ വണ്ടിയിലെ ആക്രികളൊക്കെ റോഡിൽ വലിച്ചെറിഞ്ഞുവെന്നും അവനെ ഭീഷണിപ്പെടുത്തിയെന്നും മകൻ പറഞ്ഞ് ദേവു അറിഞ്ഞു.

എന്തെങ്കിലും ചെയ്യണം? പക്ഷേ എന്ത്? അതായിരുന്നു ബാലൂട്ടിയുടെ മനസ്സിൽ.

# പതിനൊന്ന്

രണ്ടു ദിവസം ബാലൂട്ടി സ്കൂളിൽ പോയില്ല. അവന്റെ ഉള്ളിൽ പകയുടെ ചീളുകളായിരുന്നു. തെറ്റ് ചെയ്തത് ആരോ. എന്നിട്ട് അതിനുള്ള ശിക്ഷ തങ്ങൾക്ക്. പോലീസാണെങ്കിൽ തെറ്റുചെയ്തവരെ വെറുതെ വിടുകയും ചെയ്തിരിക്കുന്നു.

ഇതൊക്കെ അറിഞ്ഞ് മാഷും വേറൊരു സഹപ്രവർത്തകനും ബാലൂട്ടിയേയും കൂട്ടി പോലീസ് സ്റ്റേഷനിലേക്ക് ചെന്നു. ബാലൂട്ടി തന്റെ സ്കൂളിലെ വിദ്യാർത്ഥിയാണ്. അവനെ ഇങ്ങനെ ഉപദ്രവിക്കാൻ പോയാൽ അതിനൊരന്ത്യം വേണമല്ലോ.

പോലീസ് ഇൻസ്പെക്ടർക്ക് ഇവരെ കണ്ടപ്പോഴേ അത്രയ്ക്കങ്ങ് ഇഷ്ടമായില്ല.

കാര്യമെല്ലാം മാഷ് ഇൻസ്പെക്ടറോട് പറഞ്ഞു. മനസ്സില്ലാമനസ്സോടെ ഇൻസ്പെക്ടർ എല്ലാം കേട്ടു. ബാലൂട്ടിയോടും ബാസ്റ്റ്യൻ ഉപദ്രവിച്ചതിനെക്കുറിച്ചൊക്കെ ഇൻസ്പെക്ടർ വിശദമായി ചോദിച്ചു രേഖയാക്കി.

ഇടയ്ക്ക് സിറിഞ്ച് കുറ്റവാളികളെക്കുറിച്ച് വല്ല വിവരവും ലഭിച്ചുവോ എന്ന് മാഷ് ഇൻസ്പെക്ടറോട് ചോദിച്ചു.

ഇൻസ്പെക്ടർക്ക് അത് തീരെ ഇഷ്ടപ്പെട്ടില്ല.

"എന്താ മാഷേ! നമ്മൾ ചെന്നാലുടനെ കുറ്റവാളികളെ നിരത്തി വെച്ചിരിക്കുന്നോ, ഇന്നാ പിടിച്ചോ എന്നു പറഞ്ഞ്. അതിനൊക്കെ സമയമെടുക്കില്ലേ. ഇവിടെന്താ ഈ ഒരു കേസ് മാത്രേള്ളൂ അന്വേഷിക്കാൻ."

എന്നിട്ട് ഭീഷണി എന്ന മട്ടിൽ പറഞ്ഞു.

"കാര്യം പറഞ്ഞാൽ ഇവന്റെ അച്ഛനെയാണ് കസ്റ്റഡിയിൽ എടുക്കേണ്ടത്! പാവം. മരിച്ചുപോയല്ലോ! അയാളല്ലേ കാശുണ്ടാ

ക്കാനായി ഈ കള്ളവേലയ്ക്ക് കൂട്ടുനിന്നത്. ഈ പണിയുടെ മട്ടുകണ്ടാൽതന്നെ അറിയാരുന്നില്ലേ ഇത് ഒരു തരികിട പണിയാണെന്ന്. അതൊന്നും ആലോചിക്കാണ്ട് നാല് കാശ് കിട്ടുംന്ന് കണ്ട് തലവെച്ചു കൊടുത്തിരിക്കുന്നു. എന്നിട്ട് ജോലി മുഴുവനും ഞങ്ങക്ക്."

മാഷ് ആകെ വല്ലാതായി. ഇത്രയും ചൂടാവാൻ താനൊന്നും ചോദിച്ചില്ലല്ലോ. കുറ്റവാളികളെക്കുറിച്ച് വല്ല വിവരവും കിട്ടിയോ എന്നല്ലേ ചോദിച്ചുള്ളു.

ലേശം തിടുക്കമുണ്ടെന്നുള്ള ഭാവത്തിൽ ഇൻസ്പെക്ടർ ജീപ്പെടുക്കാൻ ഡ്രൈവറോട് പറഞ്ഞപ്പോൾതന്നെ മാഷ്ക്ക് മനസ്സിലായി ഇനി അവിടെ നിന്നിട്ട് കാര്യമില്ലെന്ന്.

പോകുമ്പോൾ ഇൻസ്പെക്ടർ ബാലൂട്ടിയോട് പറഞ്ഞു.

"ഞാൻ അവരെ വിളിച്ച് താക്കീത് ചെയ്യാം. ഇനി നിന്നെ ഒന്നും ചെയ്യില്ല കേട്ടോടാ"

നിരാശരായി മാഷും കൂട്ടരും ഇറങ്ങി.

ഈ ഇൻസ്പെക്ടർക്ക് ഈ കേസിൽ അത്രയ്ക്കങ്ങ് താത്പര്യമില്ലെന്ന് മാഷ്ക്ക് തോന്നി.

പിന്നെയും ദിവസങ്ങൾ. സിറിഞ്ച്കേസ് തേഞ്ഞുമാഞ്ഞുപോവുകയാണോ എന്ന് മാഷ്ക്ക് ശങ്ക തോന്നി.

ഒരു ദിവസം വൈകിട്ട് മാഷ് വരാന്തയിൽ ഇരുന്ന് എന്തോ എഴുതിക്കൊണ്ടിരിക്കുന്നു. ഗേറ്റ് കടന്ന് മൂന്നു പേർ വരുന്നത് മാഷ് കണ്ടു. സൂക്ഷിച്ചുനോക്കി. പരിചയമൊന്നുമില്ല.. എന്നാലും ഇറങ്ങി ച്ചെന്നു.

"ആരാ എന്താ!"

വന്നവരുടെ മുഖത്ത് വല്ലാത്ത ഗൗരവം. അതുമല്ല സൗഹൃദം കാണിക്കാനൊന്നും വന്നവരല്ല അവരെന്ന് ഒറ്റ നോട്ടത്തിൽതന്നെ മാഷ്ക്ക് മനസ്സിലായി.

"ഇയാളാണോ മാഷ്?"

ഒരുത്തൻ യാതൊരു ബഹുമാനവുമില്ലാതെയാണ് ചോദിച്ചത്.

മാഷ് ഒന്നും പറഞ്ഞില്ല.

"ഇയാളെന്താ നാടുനന്നാക്കാനിറങ്ങിയിരിക്കയാ?"

വേറൊരുത്തൻ രൂക്ഷമായ ഭാഷയിൽ ചോദിച്ചു.

"മനസ്സിലായില്ല?" മാഷ്

"മനസ്സിലാക്കിത്തരാം. ഇയാള് പോലീസിൽ ചെന്ന് പരാതി പറഞ്ഞു എന്നറിഞ്ഞു"

മാഷ്ക്ക് കാര്യം പിടികിട്ടി. ആ സിറിഞ്ചുകേസ് തന്നെ.

"അതിന് നിങ്ങക്കെന്താ? നിങ്ങളാരാ ഇത് ചോദിക്കാൻ!"

"അതൊന്നും ഇയാളറിയേണ്ട. എന്താണ് കാര്യംന്നു അന്വേഷിക്കേണ്ട. ഞങ്ങള് പറഞ്ഞതങ്ങ് കേട്ടാ മതി. ഈ കേസിനെക്കുറിച്ച് ഇനി പരാതിയുമായി മുന്നോട്ട് പോയാൽ താൻ വിവരമറിയും."

വേറൊരുത്തൻ ഇതുംകൂടി പറഞ്ഞു.

"തനിക്കെന്താടോ ആ ചെക്കനുമായി ബന്ധം. അതൊക്കെ അങ്ങ് സ്കോളിൽ മതി. മനസ്സിലായോടാ....മാ....ഷേ."

അതുശരി. വീട്ടിൽ വന്നിട്ട് ഇല്ലാത്തതൊക്കെ പറഞ്ഞതും പോരാ തന്നെ ഭീഷണിപ്പെടുത്താനുമായോ ഇവര്. താൻ വെറും ഒരു 'ഒണക്ക' മാഷാണെന്ന് കരുതിയോ?

"അല്ല ഭീഷണിയോ? അത് വേണ്ട. ഈ കാര്യത്തിൽ ഞാൻ ഇടപെടും. താനെന്തോ ചെയ്യും?"

ക്രുദ്ധനായ മറ്റവൻ മാഷ്ടെ നേരെ ചെന്നു. "അറിയണോടാ മാസ്റ്ററേ. നെന്റെ കന്നം ഒണ്ടല്ലോ ഇങ്ങനെ ഒന്ന് പുകയും"

പറഞ്ഞതും മാഷ്ക്ക് എന്തെങ്കിലും ചെയ്യാൻ കഴിയുന്നതിനു മുൻപ്, അദ്ദേഹത്തിന്റെ കന്നം നോക്കി ഒരടി വച്ചുകൊടുത്തു ആ മുഷ്കരൻ. തനി മുഠാളനായ ആ അക്രമിയുടെ ശക്തമായ അടി കൊണ്ട് മാഷ് നിലത്തു വീണു. മാഷ്ടെ ഭാര്യ പരിഭ്രാന്തയായി നിലവിളിച്ചു. കൂടെ മക്കളും. ആകെ ബഹളം.

ഭാര്യ മാഷെ പിടിച്ചെഴുന്നേല്പിച്ചു. മാഷ് ആകെ അന്ധാളിച്ചിരുന്നു. മിണ്ടാൻതന്നെ കഴിഞ്ഞില്ല അദ്ദേഹത്തിന്.

അങ്ങിങ്ങ് വീടുകളിൽ അനക്കം വച്ചു തുടങ്ങി.

ആ ദുഷ്ടന്മാർക്ക് ഇനി അവിടെ നില്ക്കുന്നത് നല്ലതിനല്ലെന്നു തോന്നി.

"ഈ കേസിൽനിന്നും പിൻവാങ്ങുന്നതാ തനിക്കു നല്ലത്. അല്ലെങ്കി ബാക്കീം കൂടെ കിട്ടും."

അപ്പോഴേക്കും അവിടുന്നും ഇവിടുന്നും ആളുകൾ എത്തിയിരുന്നു. ബാലൂട്ടിയും ദേവുവും ഉൾപ്പെടെ.

രണ്ടുമൂന്നു പേർ ഇറങ്ങിപ്പോകുന്നത് അവർ കണ്ടു.

"എന്താ.. എന്താ മാഷേ?"

"ആരാ അവര്?"

"ഈ രാത്രിയിൽ അവരെന്തിനാ വന്നത്?"

മാഷ് ഒന്നും പറഞ്ഞില്ല. കന്നം പുകയുകയാണ്. അതിനേക്കാളും പുകയുന്നത് അദ്ദേഹത്തിന്റെ ഉള്ളാണ്. തന്നെ ഒരുത്തൻ വന്ന് കന്നത്തിലടിക്കുക. ജീവിതത്തിൽതന്നെ, ഇതുവരെ തന്റെ നേരെ ഒരുത്തൻ കൈ ചൂണ്ടിയതുപോലുമില്ല. അതിനു താൻ ഇടയാക്കില്ല. അങ്ങനെ ഒരു വാക്കോ പ്രവൃത്തിയോ തന്നിൽനിന്നും ഉണ്ടാവില്ല. ദേശീയ അവാർഡ് നേടിയ ഒരു അധ്യാപകന് കിട്ടിയ സമ്മാനം! കന്നത്തടി! അതും എന്തിന്? തന്റെ ആവശ്യത്തിനു പോലുമല്ല. പാവപ്പെട്ട ഒരു പയ്യനെ ആക്രമിച്ചതിനു പരാതി പറഞ്ഞതിന്.

മാഷ്ടെ ഭാര്യ നടന്നതൊക്കെ കരച്ചിലോടെ വന്നവരോട് പറയുകയായിരുന്നു അന്നേരം.

വന്നവർക്ക് മനസ്സിലായി ആ സിറിഞ്ചുകേസിന്റെ പിന്നിലുള്ളവർ തന്നെയാണ് വന്നവർ. മാഷ് ഈ കേസിൽ ഇടപെടുന്നത് അവർക്കിഷ്ടമായിട്ടില്ല. അതുതന്നെ കാര്യം.

ഇതിങ്ങനെ വിട്ടാൽ പറ്റില്ലല്ലോ. പോലീസിൽ അറിയിക്കേണ്ടതുതന്നെയാണ്. പക്ഷേ അവരുടെ ആവേശം കണ്ട മാഷ് തടഞ്ഞു.

"വേണ്ട. പോലീസ് ഒന്നും ചെയ്യില്ല. അടങ്ങിയിരിക്കാനായിരിക്കും അവരും ഉപദേശിക്കുക. അതറിഞ്ഞാൽ ഗുണ്ടകൾ വീണ്ടും വന്നെന്നിരിക്കും."

“അല്ലാതെ പിന്നെ എന്തു ചെയ്യാനാ മാഷേ?”

“ഉണ്ട്. ചെയ്യാനുണ്ട്. ബുദ്ധിപൂർവ്വം ഈ പ്രശ്നം കൈകാര്യം ചെയ്യണം. നമ്മുടെ ശക്തി അവരെ അറിയിക്കണം. അതിനൊരു വഴി കാണണം.”

മാഷുടെ മനസ്സിൽ അന്നേരം ബാലൂട്ടിയായിരുന്നു. കൊച്ചനാണെങ്കിലും അവനു പ്രതികരിക്കാനറിയാം. അത് അന്ന് ബാസ്റ്റ്യനെ നേരിട്ടതിൽനിന്നു തന്നെ അറിയാം. പക്ഷേ അങ്ങനെ നേരിടുന്നതിന് നമുക്കധികാരമില്ല. അയാളും അന്ന് അതുപോലെ ചെയ്തിരുന്നെങ്കിലോ? എവിടെ ചെന്നവസാനിക്കും ഈ സംഘർഷം. അതു പാടില്ല. അതവനെ ബോധ്യപ്പെടുത്തണം. അവനെക്കൊണ്ടുതന്നെ ഇതിനൊരു പരിഹാരമുണ്ടാക്കണം. പിന്നിൽ താനുണ്ട്. വിദ്യാർത്ഥി സമൂഹമുണ്ടാവും.

## പന്ത്രണ്ട്

തങ്ങടെ ഹെഡ്മാസ്റ്ററെ അക്രമികൾ വീടു കയറി തല്ലി എന്നറിഞ്ഞ് സ്കൂളിലെ മാഷമ്മാരും വിദ്യാർത്ഥികളും വെറുതെ ഇരുന്നില്ല.

കുറച്ചു കാലംകൊണ്ടുതന്നെ ഹെഡ്മാസ്റ്റർ ആ വിദ്യാലയത്തിലെ പ്രിയപ്പെട്ടവനായി കഴിഞ്ഞിരുന്നു.

മാഷ്ടെ വീട്ടിൽ അധ്യാപകരും ക്ലാസ് ലീഡേഴ്സും സംഘം ചേർന്നു. ബാലൂട്ടി മാഷടെ അരികിൽതന്നെ ഉണ്ടായിരുന്നു.

വിശദമായ ചർച്ചകൾ നടന്നു. എന്തു ചെയ്യണം? ഇനി പോലീസിനെ കാണേണ്ട. അവർക്ക് ഇതിന്റെ പിന്നിലെ കുറ്റവാളികളെ അറിയാം. അല്ലെങ്കിൽ മാഷും ബാലൂട്ടിയും ചെന്ന് പോലീസിൽ പരാതി പറഞ്ഞത് അവരെങ്ങനെ അറിഞ്ഞു. ഇൻസ്പെക്ടർ വിവരം അവരെ അറിയിച്ചു എന്നല്ലേ അതിന്റെയർത്ഥം.

ആദ്യം പോലീസിന്റെ കയ്യിൽനിന്നും നീതി ലഭിക്കണം. അതിനുള്ള വഴികൾ കാണണം. നിവേദനത്തെക്കാളും ശക്തമായ ഒരായുധം വേണം നമ്മൾ തിരഞ്ഞെടുക്കുവാൻ. നിർദ്ദേശങ്ങൾ പലതും വന്നു.

അവസാനം മാഷ്തന്നെ പറയട്ടെ എന്നു കൂടിയിരുന്നവർ പറഞ്ഞു. മാഷ്ടെ ഉള്ളിൽ എന്തെങ്കിലും പുതിയ ആശയം കാണുമെന്ന് അവർക്കുറപ്പുണ്ട്.

ബാലൂട്ടിയെ നീക്കിനിർത്തി മാഷ് പറഞ്ഞു.

"ബാലു നീതന്നെയാണ് ഇതിനു പരിഹാരം കാണേണ്ടത്. നിനക്കതിന് അവകാശമുണ്ട്."

കേട്ടവർ സൂചിമുനയിലാണ്.

"മാഷ് കാര്യം തുറന്നു പറ."

“പറയാം. ബാലുവിനു പ്രതികരിക്കാനറിയാം. അതു നമ്മൾ കണ്ട താണ്. പക്ഷേ ആ പ്രതികരണം നമുക്കു വേണ്ട. അതിനേക്കാളും ശക്തമായ പ്രതികരണം വേറെയുണ്ട്. സ്വാതന്ത്ര്യസമരത്തിൽ നമ്മുടെ രാഷ്ട്രപിതാവ് ഗാന്ധിജി ഉപയോഗിച്ച ഉദാത്തമായ ആശയം. സത്യഗ്രഹം. അതും നിരാഹാര സത്യഗ്രഹം.”

കൂടി നിന്നവർ അത്ഭുതപ്പെട്ടു. നിരാഹാര സത്യഗ്രഹമോ?! അതും ഒരു വിദ്യാർത്ഥി. ആദ്യമായാണ് ഒരു മാഷ് വിദ്യാർത്ഥി യോട് നിരാഹാര സത്യഗ്രഹത്തിന് പറയുന്നതെന്നു തോന്നുന്നു. ഈ മാഷ് നമ്മൾ കണ്ടതിനേക്കാളും അപ്പുറമാണ്!

“ബാലൂ നീ തന്നെ ഇതേറ്റെടുത്ത് പ്രാവർത്തികമാക്കണം. നിന്റെ അച്ഛനെ ഇല്ലാതാക്കിയ പരിഷകളെ നിയമത്തിനു മുൻപിൽ കൊണ്ടു വരണമെങ്കിൽ ഇതേയുള്ളു ഒരു വഴി. അതും ഒരു വിദ്യാർത്ഥി ഏറ്റെടുത്തു ചെയ്യുമ്പോൾ അതിനു ശക്തി കൂടും. ജനങ്ങളുടെ സഹ താപവും താത്പര്യവും ഏറും. അധികം ചെയ്യേണ്ടി വരില്ല. അതിനു മുൻപ് അധികാരികൾ ഉണരും. എല്ലാ ഏർപ്പാടുകളും ഞങ്ങൾ ചെയ്യാം.”

ബാലൂട്ടി, മാഷെ തന്നെ നോക്കി.

ഇത്രയും വലിയ ഒരു ശക്തി തനിക്കു തുണയുണ്ടെങ്കിൽ താനെ ന്തിനു പിൻമാറണം. താൻ തയ്യാർ. ഗാന്ധിജിയെക്കുറിച്ച് അവൻ പഠിച്ച ഒരു പാഠമായിരുന്നു അന്നേരം അവന്റെ മനസ്സിൽ.

പിന്നെ എല്ലാം എളുപ്പമായി. വിദ്യാർത്ഥികൾതന്നെ കാര്യങ്ങൾ ഏറ്റെടുത്തു. പ്ലക്കാർഡുകൾ എഴുതി. മുദ്രാവാക്യങ്ങൾ എഴുതി.

സിറിഞ്ചുകുറ്റവാളികളെ ഉടൻ അറസ്റ്റു ചെയ്യുക! പോലീസ് നീതി പാലിക്കുക!! കൊലയാളിയെ നീതിക്കു മുൻപിൽ കൊണ്ടു വരിക!!!

സ്കൂളിന്റെ മുന്നിൽ പന്തലുയർന്നു. പ്ലക്കാർഡുകൾ പൊങ്ങി. ജനം ഇവയൊക്കെ കണ്ട് അതിശയിച്ചു. നിരാഹാര സത്യഗ്രഹമോ? രസമുണ്ടല്ലോ. നടക്കട്ടെ. ആദ്യമായാണ് ഇങ്ങനെ ഒരു പരിപാടി അവിടെ നടക്കുന്നത്.

സ്കൂൾ സമയമായി. മുദ്രാവാക്യങ്ങളും പ്ലക്കാർഡുകളുമേന്തി വരി വരിയായി വിദ്യാർത്ഥികൾ പുറത്തേക്കു നീങ്ങി. മുന്നിൽ ബാലൂട്ടിയെ മാലയിട്ട് ആനയിച്ചു. ചെറിയ ചെറിയ വാക്യങ്ങളിൽ നിരാഹാര സത്യഗ്രഹത്തിന്റെ കാരണങ്ങൾ വിദ്യാർത്ഥി നേതാക്കൾ വെളിപ്പെടുത്തി.

അങ്ങനെ ബാലൂട്ടിയുടെ സത്യഗ്രഹം തുടങ്ങി. റോഡിലൂടെ പോകുന്നവരൊക്കെ അവിടേക്ക് എത്തിനോക്കി അഭിപ്രായം പറഞ്ഞു. "ചെയ്യേണ്ടത് തന്നെയാണ്. ആരായാലും ചെയ്യും."

പക്ഷേ ചിലർ ഇങ്ങനേയും പറഞ്ഞു.

"പഠിക്കേണ്ട പിള്ളേർ സത്യഗ്രഹം ചെയ്യുക! നന്നായിരിക്കുന്നു!" സത്യഗ്രഹവാർത്തകൾ പഞ്ചായത്താഫീസിലെത്തി. വാർഡംഗം സമരപ്പന്തലിലെത്തി. കാര്യങ്ങൾ ചോദിച്ചറിഞ്ഞു.

ഇടയ്ക്കിടയ്ക്ക് വിദ്യാർത്ഥികൾ മുദ്രാവാക്യങ്ങൾ വിളിച്ചപ്പോൾ ആകെ ഒരനക്കമൊക്കെ ഉണ്ടായി.

ചില വിദ്യാർത്ഥികൾ ബാലൂട്ടിക്ക് കൂട്ടിരുന്നു. സ്കൂളിൽ പഠിപ്പൊക്കെ സാധാരണ മട്ടിൽ നടക്കുന്നുണ്ടായിരുന്നു. പക്ഷേ അധ്യാപകരുടേയും വിദ്യാർത്ഥികളുടേയും മനസ്സ് ക്ലാസ്സിലായിരുന്നില്ല എന്നു മാത്രം.

ബാലൂട്ടിയുടെ വീട്ടിൽ അമ്മയും അനിയത്തിയും ഉള്ളിൽ നീറ്റലുമായി സമയം നീക്കി. മാഷടെ ഭാര്യ അവരെ സമാധാനിപ്പിച്ചു.

ബാലൂട്ടിക്ക് ഒന്നും സംഭവിക്കില്ല. അവൻ ചെയ്യുന്നതു മറ്റുള്ളവർക്കും കൂടി വേണ്ടിയാണ്.

അതു കേട്ടപ്പോൾ ദേവുവിന് അഭിമാനം തോന്നി. എന്നാലും വലിയ വലിയ ആൾക്കാർക്കെതിരായാണല്ലോ ഈ സമരം എന്നതിൽ ലേശം പേടിയും തോന്നാതിരുന്നില്ല ദേവുവിന്.

അവസാനം പോലീസിന്റെ ചെവിയിലും വാർത്തയെത്തി. ഇൻസ്പെക്ടർക്ക് പുച്ഛമാണ് തോന്നിയത്. നിരാഹാരമോ! എവനാര് മഹാത്മാഗാന്ധിയോ? ങാ! കുറച്ചു കഴിയുമ്പോൾ ചെക്കന് വയറു കായും. അപ്പൊ താനെ നിർത്തിക്കോളും.

പക്ഷേ ചെക്കൻ നിർത്തിയില്ല. രാത്രിയിൽ വിദ്യാർത്ഥികളിൽ ചിലർ ബാലൂട്ടിക്ക് കൂട്ടായി സമരപ്പന്തലിൽ കൂടി. മാഷും ചില അധ്യാപകരും അവനെ സന്ദർശിച്ചു. ആശ്വസിപ്പിച്ചു. പഞ്ചായത്തംഗങ്ങൾ അവനെ കാണാനെത്തി. അനുഭാവം പ്രകടിപ്പിച്ചു.

മാഷ് ഇതൊക്കെ കണ്ട് ബാലൂട്ടിയോടു പറഞ്ഞു: "കണ്ടോ ബാലു, ഒരു ദിവസം കൊണ്ടുതന്നെ നമ്മളുദ്ദേശിച്ച കാര്യത്തിന് ഒരനക്കം വെച്ചത്. ഇന്ന് പഞ്ചായത്തംഗങ്ങൾ. നാളെ പഞ്ചായത്ത് പ്രസിഡന്റ്. ഇൻസ്പെക്ടർക്ക് കിടക്കപ്പൊറുതി ഇല്ലാണ്ടാവും."

പക്ഷേ അന്ന് രാത്രി വേറൊരു സംഭവം ഉണ്ടായി. നാലഞ്ചു പേർ മാഷ്ടെ വീടിന്റെ മുൻപിൽ വന്നു. അദ്ദേഹത്തെ വിളിച്ച് അസഭ്യങ്ങൾ പറഞ്ഞു. വീട്ടിനുള്ളിലേക്ക് കല്ലുകൾ എറിഞ്ഞു.

മാഷും കുടുംബവും പുറത്തേക്കിറങ്ങിയില്ല. പക്ഷേ അടുത്തുള്ള വീട്ടുകാർ വെട്ടവും അനക്കവുമായി പുറത്തേക്കിറങ്ങിയപ്പോൾ അക്രമികൾ സ്ഥലം വിട്ടു.

ആ സംഭവം സ്കൂളിലും സമരപ്പന്തലിലും അലകളുയർത്തി. നാട്ടിലെ പ്രധാനികൾ സ്ഥലത്തെത്തി. ഒരു വിദ്യാർത്ഥി അവഗണനയ്ക്കെതിരെ പ്രതിഷേധിക്കുന്നത് കണ്ട് ആ പ്രധാനികൾ വിഹ്വലരായി.

ദിവസം ഒന്ന് കഴിഞ്ഞെങ്കിലും ബാലൂട്ടിക്ക് പറയത്തക്ക ക്ഷീണമൊന്നും തോന്നിയില്ല. അവന് അഭിവാദ്യങ്ങൾ അർപ്പിക്കാൻ അടുത്തുള്ള വിദ്യാലയങ്ങളിലെ വിദ്യാർത്ഥിനേതാക്കളുമെത്തി.

ബാലൂട്ടിക്കുണ്ടായ പ്രശ്നങ്ങൾ അവനു മാത്രമല്ല എല്ലാ മനുഷ്യർക്കും ഉണ്ടാകാവുന്നതാണെന്നും അതിനെതിരെ നടപടികൾ എടുക്കാൻ മേലധികാരികൾ മുതിരണമെന്നും അവർ ആവശ്യപ്പെട്ടു. ഈ സമരത്തിനു പരിഹാരം കണ്ടില്ലെങ്കിൽ ബാലൂട്ടിയോടൊപ്പം തങ്ങളും നിരാഹാരം കിടക്കുമെന്നും അവർ പറഞ്ഞപ്പോൾ ബാലൂട്ടിയുടെ സത്യഗ്രഹത്തിനു ഗൗരവം കൂടി.

പോലീസ് അധികാരി എന്നിട്ടും അനങ്ങിയില്ല. വിശക്കുമ്പോൾ ചെക്കൻ നിരാഹാരം നിർത്തുമെന്നുള്ള ഇൻസ്പെക്ടറുടെ വാശി വെറുതെയായി.

ഉച്ച കഴിഞ്ഞപ്പോൾ ചില പൗരപ്രമാണികൾ ഇൻസ്പെക്ടറെ കണ്ടു. ഒരു കൊച്ചുകുട്ടിയാണ് നിരാഹാരം കിടക്കുന്നത്. മുതിർന്ന വരോട് കാണിക്കുന്ന ധാർഷ്ട്യം അവനോടു കാണിക്കരുത്.

ആ മുന്നറിയിപ്പും കൂടി കേട്ടപ്പോൾ ഇൻസ്പെക്ടർക്കു വെറുതെ ഇരിക്കാൻ പറ്റാതായി. എന്നാലും ഉടൻ ഇതിൽ ഇടപെടാൻ ദുരഭി മാനം അയാളെ അനുവദിച്ചില്ല.

അന്നത്തെ ദിവസവും കഴിഞ്ഞു. പിറ്റേന്ന് നേരം വെളുത്തു.

സ്കൂളിന്റെ മുന്നിൽ ജനം കൂടി. മാഷാണ് ഏറ്റവും കൂടുതൽ വിഷമാവസ്ഥയിലായത്. താൻ പറഞ്ഞിട്ടാണല്ലോ ബാലൂട്ടി ഈ സത്യഗ്രഹത്തിനിറങ്ങിയത്. അധികം കിടക്കേണ്ടി വരില്ല എന്ന് പറഞ്ഞതുമാണ്.

പക്ഷേ ഇതിനിയും നീണ്ടുപോകുമോ എന്നാണിപ്പോൾ ആശങ്ക.

ബാലുവിനാണെങ്കിൽ ക്ഷീണം കൂടുതലായി കാണുന്നുമുണ്ട്.

ഇനി എന്താണ് ചെയ്യേണ്ടത്.

അന്നേരമാണ് വിദ്യാർത്ഥി നേതാക്കൾ ഒന്നു തീരുമാനിച്ചത്. പോലീസ് സ്റ്റേഷനിലേക്ക് ഒരു മാർച്ച് സംഘടിപ്പിച്ചാലോ. പിന്നെ ഒട്ടും താമസിച്ചില്ല. പ്രതിഷേധ മാർച്ചിനുള്ള ഒരുക്കങ്ങൾ തകൃതി യായി തുടങ്ങി.

ഈ വാർത്തകളൊക്കെ അന്നേരംതന്നെ പോലീസ് സ്റ്റേഷനി ലെത്തി. ഇൻസ്പെക്ടർക്ക് വാലിനു തീ പിടിച്ച മാതിരിയായി. ജീപ്പു മായി ഇൻസ്പെക്ടർ ഇറങ്ങി.

ബാലൂട്ടിയുടെ സമരപ്പന്തലിൽ ഇൻസ്പെക്ടർ എത്തിയപ്പോൾ പോലീസിന്റെ ധാടിയോ മോടിയോ അയാൾക്കില്ലായിരുന്നു. വളരെ മര്യാദയോടെ ബാലൂട്ടിയുടെ അരികിൽ അദ്ദേഹം ഇരുന്നു. അവനെ ആശ്വസിപ്പിച്ചു. വിദ്യാർത്ഥി നേതാക്കളെയും അധ്യാപകരെയും കണ്ടു. വർത്തമാനം പറഞ്ഞു.

പോലീസ് വന്നെന്നറിഞ്ഞപ്പോൾ ജനം കൂടി.

ഇൻസ്പെക്ടർ സൗമ്യനായി അവരുടെ മുന്നിൽ വെച്ച് പറഞ്ഞു.

"വേണ്ടതു ചെയ്യാം. കുറ്റവാളികളെ ഉടനെ പിടിക്കാം. ഈ സത്യഗ്രഹം അവസാനിപ്പിക്കണം."

ബാലൂട്ടി വെറുതെ കിടന്നതേയുള്ളു. അങ്ങനെയങ്ങ് നിർത്തിയാലോ? എന്താണൊരു ഉറപ്പ്. ഈ പോലീസ് ഇനിയും കളിപ്പിച്ചാലോ?

മാഷ് പറഞ്ഞാലേ ഇതിനൊരു തീരുമാനമുണ്ടാവുകയുള്ളു എന്ന് എല്ലാമറിയാവുന്ന ഇൻസ്പെക്ടർക്കു ബോധ്യമായി.

സൗഹൃദത്തോടെ മാഷെ സമീപിച്ച് ഇൻസ്പെക്ടർ പറഞ്ഞു.

"മാഷേ, മാഷ്തന്നെ ബാലൂട്ടിയെക്കൊണ്ട് ഈ നിരാഹാരം അവസാനിപ്പിക്കണം. അങ്ങു പറഞ്ഞാലേ ഇവൻ അനുസരിക്കുള്ളു എന്നെനിക്കുറപ്പുണ്ട്."

മാഷ് ബാലൂട്ടിയെ നോക്കി.

ഇൻസ്പെക്ടർ ഒന്നുകൂടി ഉറപ്പിച്ചു പറഞ്ഞു: "ഉറപ്പ്. ഇനി എന്റെ അടുത്ത ഡ്യൂട്ടി ഈ കുറ്റവാളികളെ പിടിക്കുകതന്നെയാണ്."

മാഷ് മറ്റുള്ള പ്രമാണിമാരോടും വിദ്യാർത്ഥിനേതാക്കളോടും ആലോചിച്ചു.

ഇത്രയും ഉറപ്പ് പറഞ്ഞ സ്ഥിതിക്ക് ഇൻസ്പെക്ടറുടെ അപേക്ഷ തള്ളുന്നത് ശരിയല്ല. ഇങ്ങേർക്ക് ഈർഷ്യ വർദ്ധിക്കാനേ അത് ഇടവരുത്തുള്ളൂ.

അവസാനം തീരുമാനമായി.

ബാലൂട്ടിയുടെ നിരാഹാരം എല്ലാവരുടേയും മുൻപിൽ വച്ച് ഇൻസ്പെക്ടർതന്നെയാണ് അവസാനിപ്പിച്ചത്.

**പി**റ്റേന്നുതന്നെ സിറിഞ്ചുകേസിലെ പ്രധാന പ്രതി അവറാൻ മുതലാളിയെ പോലീസ് അറസ്റ്റു ചെയ്യുകയും ആ വാർത്ത പത്രങ്ങളിൽ വരികയും ചെയ്തു.

വളരെ അധികം പ്രചാരണമാണ് ഈ സംഭവത്തിനു ലഭിച്ചത്.

വിദ്യാർത്ഥികൾ അനാവശ്യമായി സമരം ചെയ്യരുതെന്നും പക്ഷേ അനീതിക്കെതിരെ പ്രതികരിക്കണമെന്നും അത് ഒരിക്കലും നിയമം

കയ്യിലെടുത്താവരുതെന്നും ഹെഡ്മാസ്റ്റർ ബാലൂട്ടിയെ അഭിനന്ദിക്കുന്നതിനിടയിൽ പ്രത്യേകം എടുത്തു പറഞ്ഞു.

സ്കൂളിലും നാട്ടിലും ബാലൂട്ടി ഏറെ അറിയപ്പെടുന്നവനും പ്രിയപ്പെട്ടവനുമായി.

അവൻ ഇന്ന് സ്കൂൾ ലീഡറാണ്.

പക്ഷേ അവന്റെ പഴയ ജോലി, അച്ഛൻ അവനെ ഏല്പിച്ച ജോലി അവൻ മുടക്കിയില്ല. അതാണവന്റെ ജീവിതോപാധി. ജോലിയുടെ മഹത്ത്വം മാഷ് അവനോടു പറഞ്ഞിരുന്നല്ലോ. ആക്രിക്കച്ചവടമെന്ന ജോലിയിലും അവൻ ആ മഹത്ത്വം കണ്ടു. ഒപ്പം പഠിത്തത്തിലും.

■

# ഗ്രീൻ ബുക്സ് ബാലസാഹിത്യ പുസ്തകങ്ങൾ

| | |
|---|---|
| ഗ്രീൻ ക്വിസ് (പൊതുവിജ്ഞാനം) | സി.ജി. ശാന്തകുമാർ |
| മുത്തച്ഛൻ പറഞ്ഞ കഥ (ചരിത്രം) | സി.ജി. ശാന്തകുമാർ |
| എങ്ങു നിന്നോ ഒരു വെളിച്ചം (കഥ) | സി.ജി. ശാന്തകുമാർ |
| അപ്പുവിന്റെ സയൻസ് കോർണർ (ശാസ്ത്രം) | സി.ജി. ശാന്തകുമാർ |
| ഭൂമിയുടെ രക്ഷകർ (കുട്ടികളുടെ ശാസ്ത്രം) | സി.ജി. ശാന്തകുമാർ |
| വൈദ്യുതിയുടെ കഥ - പരീക്ഷണങ്ങളിലൂടെ (നോവൽ) | സി.ജി. ശാന്തകുമാർ |
| തിരിച്ചറിവെന്ന കുട്ടി (നോവൽ) | സി.ജി. ശാന്തകുമാർ |
| ശാസ്ത്രലോകത്തിലെ വനിതാപ്രതിഭകൾ (നോവൽ) | സി.ജി. ശാന്തകുമാർ |
| നീയൊരു സ്വാർത്ഥിയാവുക (വ്യക്തിത്വവികസനം) | സി.ജി. ശാന്തകുമാർ |
| വീട്ടുമുറ്റത്തെ ശാസ്ത്രം (ശാസ്ത്രം) | സി.ജി. ശാന്തകുമാർ |
| അപർണ്ണ (കഥ) | ബീനാ ജോർജ്ജ് |
| കളിവീണ (നോവൽ) | എം.എസ്. കുമാർ |
| കളവുപോയ ക്യാമറ (നോവൽ) | മുഹമ്മ രമണൻ |
| പോക്കണം കെട്ട പോക്കുകൾ (കഥ) | സുമംഗല |
| കുട്ടി പഠിപ്പിച്ച പാഠം (കഥ) | പയ്യന്നൂർ കുഞ്ഞിരാമൻ |
| പ്രകൃതിയമ്മയുടെ അത്ഭുതലോകത്തിൽ (നോവൽ) | പ്രൊഫ. എസ്.ശിവദാസ് |
| ഉണ്ണിക്കുട്ടന്റെ കാഴ്ചകൾ (നോവൽ) | കിളിരൂർ രാധാകൃഷ്ണൻ |
| വനം കാടിന്റെ നടുമദ്ധ്യം (നോവൽ) | ആര്യൻ കണ്ണന്നൂർ |
| കുസൃതി ക്വിസ് (പൊതുവിജ്ഞാനം) | ടി.കെ. കൊച്ചുനാരായണൻ |
| ഒരു പന്നിക്കഥ (കഥ) | എ. വിജയൻ |
| സ്പാർട്ടക്കസ് (ചരിത്ര കഥ) | വി.പി. വാസുദേവൻ |
| പത്തു പത്തുകൾ (ഗണിതം) | ടി.കെ. കൊച്ചുനാരായണൻ |
| ചില്ലകൾ പൂത്തു വീണ്ടും (നോവൽ) | വി.എൻ. വേണുഗോപാൽ |
| എ പ്രിൻസസ് ഓഫ് മാർസ് (നോവൽ) | എഡ്ഗാർറൈസ് ബറോസ് |
| വിശ്വപ്രസിദ്ധ വേട്ടക്കഥകൾ (കഥ) | കിളിരൂർ രാധാകൃഷ്ണൻ |
| ലളിതാംഗി (നോവൽ) | ഡോ. കെ. ശ്രീകുമാർ |
| മസായി (നോവൽ) | ഉണ്ണിക്കൃഷ്ണൻ പൂങ്കുന്നം |
| വർണ്ണക്കുടകൾ (നോവൽ) | റഷീദ് പരപ്പനങ്ങാടി |
| കിട്ടുണ്ണിയുടെ കഥ (നോവൽ) | അശോകൻ ഏങ്ങണ്ടിയൂർ |
| ഭൂമിയുടെ കേന്ദ്രത്തിലേക്ക് ഒരു യാത്ര (ശാസ്ത്രം) | പള്ളിയറ ശ്രീധരൻ |

| | |
|---|---|
| കണക്കിലേക്കൊരുവിനോദയാത്ര (ഗണിതം) | പള്ളിയറ ശ്രീധരൻ |
| ഇലകൾ പൊഴിയുമ്പോൾ (നോവൽ) | എ.പി. ജ്യോതിർമയി |
| കമലമന്ത്രം (നോവൽ) | ഐ.ആർ. കൃഷ്ണൻ മേത്തല |
| കിളിയും മനുഷ്യനും (കവിത) | കെ.വി.ബേബി |
| ഒരു ദിവസം (നോവൽ) | പി.മുരളീമോഹനൻ |
| ഒട്ടകങ്ങൾ പറഞ്ഞ കഥ (നോവൽ) | ജി.എസ്.ഉണ്ണിക്കൃഷ്ണൻ |
| ഉയരങ്ങളിലേക്കൊരു നടപ്പാത (നോവൽ) | പാങ്ങിൽ ഭാസി |
| മുള്ളാത്തിക്കുട്ടി (നോവൽ) | ടി.സി.ജോൺ |
| ശ്രീരാമകൃഷ്ണൻ കഥകൾ | കാതിയാളം അബൂബക്കർ |
| ആൽബം (നോവൽ) | കെ.നാരായണൻ നമ്പൂതിരി |
| കാട് കരയുന്നു (നോവൽ) | രാജു കാട്ടുപുനം |
| സുവർക്കത്തിലേക്കുള്ള വഴി (നോവൽ) | പ്രൊഫ.കേശവൻ വെള്ളിക്കുളങ്ങര |
| വരയനും വെളുമ്പനും (നോവൽ) | എ.വിജയൻ. |
| ചിമ്പുവിന്റെ ലോകം (നോവൽ) | സി.ആർ.ദാസ് |
| ബാലപാഠം (നോവൽ) | വി. കൃഷ്ണവാദ്ധ്യാർ |